PHONG THỦY NHÀN ĐÀM

Tuệ Hải An văn Phạm

First Edition:
ISBN: 9780960059119 (Paperback)
Library of Congress Control Number: 2019937540
Author: Tue Hai An Van Pham
Published by Clover Leaves Publishing LLC

20855 Redwood Rd #117
Castro Valley, CA 94546
Phone: (510) 329-2634

LỜI GIỚI THIỆU

Do duyên văn tự, từ nhiều năm qua, chúng tôi may mắn được quen biết Bác sĩ Tuệ Hải nhờ trao đổi những cổ thư, những đồ bản quý báu, nhất là về Địa lý Phong Thủy của nước nhà, ...

Ông từng trao cho chúng tôi nguyên bản *Bạch Vân Am Địa lý chính truyền* (của Trạng Trình Nguyễn Bỉnh Khiêm) để chúng tôi nhờ Giáo sư Đại học Văn khoa Sài Gòn Lưu Khôn dịch âm và dịch nghĩa ra tiếng Việt và ông cũng đưa cho chúng tôi nguyên tác chữ Nôm và bản Việt ngữ do ông dịch và chú giải từ tập *Dã đàm ca* của Tả Ao tiên sinh để đăng tải trong *Việt Nam Tập chí*, tuyển tập đặc biệt *Phong Thủy và xã hội nước ta xưa* (tức số 5, tháng 6-1994) do chúng tôi chủ biên. Chúng tôi thật có lỗi với độc giả và quý vị binh bút đóng góp bài ở tuyển tập trên - nhất là với các công trình biên khảo quý báu của bác sĩ Tuệ Hải - vì số đặc biệt này chỉ phát hành được một số ít, sau đó tạm ngưng để bổ túc lại *Thư mục về Địa lý Phong Thủy* với nhiều tăng bổ về sách vở quý báu và giá trị của Trung Hoa, Nhật Bổn và Việt Nam do Giáo sư học giả Can Lộc sưu tập và giới thiệu đăng tải ở tuyển tập trên.

Nay Bác sĩ Tuệ Hải vừa hoàn tất bản thảo PHONG THỦY NHÀN ĐÀM và có nhã ý mời Tôi viết lời tựa. Tôi thật không dám "múa rìu qua mắt thợ", "đánh trống qua cửa nhà sấm". Trong nhiều năm qua chúng tôi chỉ biết cố gắng học hỏi, thu thập tài liệu của tiền nhân, để biên soạn tập *Thuật ngữ Phong Thủy Việt Nam* để cho bạn đọc sử dụng, còn về phần kinh nghiệm chân truyền về Địa lý Phong Thủy, chúng tôi thật không dám lạm bàn.

Tuy nhiên, điểm chúng tôi đồng lòng với ông Tuệ Hải là không hề có ý bài bác hay cổ động cho khoa "huyền bí" Phong Thủy, mà chỉ muốn tìm tòi, hiểu biết thêm những gì mà tiền nhân ta từng tin tưởng trong nhiều năm qua. Tôi cũng biểu đồng tình cùng Bác sĩ Tuệ Hải ở điểm căn bản rằng khoa Địa lý "bí truyền" này, đã là "bí truyền" thì không thể giải thích một cách "khoa học" được, mà nó cần phải được bổ xung bởi nhiều điều kiện khác của cá nhân về mặt tâm lý học, tâm linh học, xã hội học,...

Tiền nhân ta từng nhắc nhở về sự quá tin tưởng vào "Phong Thủy" mà tiền mất tật mang, vì "Hòn đất mà biết nói năng, thì Thầy Địa lý hàm răng chẳng còn",... Trải qua nhiều cuộc bể dâu với những sự đổi đời "nhãn tiền", nhiều niềm tin đã bị xáo trộn và một trong những "niềm tin" dựa trên khoa Phong Thủy lại được người ta nhắc nhở tới nào là vận nước, vận nhà, phát phúc, phát quý, phát tài, phát lộc và do,... "mả tổ phát" vân vân và vân vân... Nhưng dường như phần đông quên không nhớ ra là tiền nhân ta còn đưa ra nguyên lý căn bản của "Phong Thủy" là *Tiên tích phúc đức, hậu nhi tầm long*. Theo sách vở cũ của tiền nhân để lại từ các cổ thư Phong Thủy (Cao Biền, Tả Ao, Hòa Chính,...) cho tới những nhận xét trên thực tế được ghi chép trong các bộ sách quý như *Công dư tiệp ký, Tang thương ngẫu lục, Vũ trung tùy bút, Đại Việt đăng khoa sưu giảng* v.v... những truyền kỳ về "Phong Thủy" đều cho thấy là Tổ tiên, Ông bà, Cha mẹ ăn hiền ở lành, nhân từ phúc đức thì khi mất đi, nhờ cơ duyên mà truyền lại có "âm đức" ấy cho con cháu mà nhờ vậy họ được phát khởi hưng thịnh hơn. Tất cả đều là nhờ "Âm chất" hay "Phúc ấm" của tổ tiên để lại và điều này ngụ ý khuyên các thế hệ kế tiếp nên làm lành, tránh dữ, tu nhân, tích đức thì chẳng lo gì về việc "tầm long" để mả. Nay nếu ta làm ngược lại, chỉ lo tầm long, để mả, xoay hướng nhà, hướng bếp cầu mong sao cho được giàu sang phú quý mà không theo di huấn của tiền nhân thì chẳng khác gì khi gặp bất hạnh mới lên chùa cúng vái Phật tổ để xin được phù hộ độ trì tai qua nạn khỏi mà ngày thường thì quá ham mê tranh sống sinh tồn mà quên hết những giáo lý căn bản của nhà Phật là từ bi, hỉ xả,...

Tập sách PHONG THỦY NHÀN ĐÀM của Tuệ Hải viết dưới hình thức vấn đáp và kể những kinh nghiệm về Phong Thủy dành cho độc giả đã có một số kiến thức tổng quát về khoa này. Đặc điểm của sách này là tác giả cố ý nhấn mạnh về phần "Lý khí" của khoa Phong Thủy hơn là phần "Loan đầu" nặng về hình thái mà các sách Phong Thủy căn bản đều có mô tả tới. Và phần "Lý khí" này, như chúng ta đều rõ là rất khó hiểu, rất "bí truyền" - lại hầu như "thất truyền" theo như lời nói đầu của chính tác giả Tuệ Hải. Tác giả cũng đưa ra một nhận xét mới mẻ mà từ trước tới nay ít Kham Dư gia nào đề cập tới, đó là cái khí vận, hay nôm na hơn là cái vận, cái thời vận có ảnh hưởng rất lớn và quan trọng trong khoa Phong Thủy và đây mới là những điểm chính yếu của Phong Thủy mà tiền nhân ta thường nhắc nhở "Đất có tuần, Nhân có vận".

Trong hoàn cảnh thiếu thốn tài liệu tra cứu, nhất là những tài liệu cổ thư phần lớn là Hán tự và chữ Nôm, Tôi thật hân hạnh được giới thiệu các công trình phiên dịch và nghiên cứu của Tuệ Hải là những đóng góp không nhỏ cho công việc tìm hiểu môn Phong Thủy khó hiểu này. Những giải thích căn bản và hợp lý, hợp với ước vọng của con người trước hoàn cảnh và cuộc sống có nhiều đổi thay, qua tập PHONG THỦY NHÀN ĐÀM của Tuệ Hải đã đáp ứng được phần nào nhiều thắc mắc, để khoa Phong Thủy không bị xếp ngang hàng với những tập tục có tính cách mê tín dị đoan, nếu không nói là nếu ứng dụng một cách trung thực *"Tiên tích phúc đức, hậu nhi tầm long"* thì môn Địa lý Phong Thủy này sẽ góp phần tích cực trong công cuộc "chấn hưng đạo đức" xã hội vậy.

Thánh Hà Tây, ngày 10 tháng 10 năm 1995
Hà Mai Phương
Lecturer Linguistics
Stanford University

Mục Lục

		Trang
1	Lời giới thiệu	5
2	Mục lục	9
3	Lời nói đầu	10
4	Phong Thủy: Tầm Sư học đạo	13
5	Tầm long tróc mạch	28
6	Bạch Vân Am Tiên sinh Địa lý chính truyền	46
7	Dịch âm: Bạch Vân Am Tiên sinh Địa lý chính truyền	55
8	Nguồn gốc – Lịch sử	62
9	Đồ hình cửu tinh và các biến cách	66
10	Thực hiện Địa lý Âm phần Mồ mả	81
11	Dương cơ – Nhà ở và Cơ sở thương mại	105
12	Một số kinh nghiệm tiêu biểu	125
13	Hình thế Loan đầu – Long cách đồ	133
14	Lý khí	166
15	Cách vận dụng Huyền không phi tinh	198
16	Thanh Nang Tự	202
17	Thanh Nang Tự Hán ngữ	225
18	Bình Sa Ngọc Xích biện ngụy tổng quát ca	251
19	Bản chữ Hán Bình Sa Ngọc Xích biện ngụy tổng quát ca	260
20	Bài Long quyết và Bài Long đồ	267
21	Tòng Sư tùy bút	274
22	Tả Ao tiên sinh	282
23	Tả Ao Giã Đàm ca	286
24	Tưởng Đại Hồng – Tổ Sư đích truyền	296
25	Tài liệu tham khảo	298

LỜI NÓI ĐẦU

Thủa niên thiếu tác giả có duyên may làm quen sớm với Y Khoa Châm Cứu - môn học dùng sự kích thích vào các huyệt đạo để điều hòa sự khí hóa vận hành trong cơ thể con người nhằm hóa giải tật bệnh. Ngoài ra môn Địa lý Phong Thủy học với những giai thoại phi thường cướp quyền tạo hóa có tính cách gần như không tưởng cũng gây cho tác giả nhiều thắc mắc. Tác giả tự nghĩ nếu Địa Lý Phong Thủy là mê tín hoang đường thì làm sao Tổ Tiên chúng ta lại ra công nghiên cứu và truyền thống cao đẹp "Tìm Ngôi Đất Kết" vẫn còn mãi đến ngày nay. Tác giả có thăm dò với các vị lớn tuổi, có vị khuyên chớ nên học Phong Thủy vì rất khó và rất dễ lâm vào mê hồn trận.

Cuối thập niên 60 tác giả xuất ngoại du học Hoa Kỳ ngành khoa học ban Toán. Các ý thích về khí học Đông Phương tưởng chừng đã phải chìm vào quên lãng. Nhưng may thay tác giả có dịp trở lại với Y khoa Châm Cứu, âu cũng là duyên nghiệp.

Vào cuối thập niên 70 tác giả đã được Cụ Dương Thái Ban một danh sư Địa Lý nhận làm môn sinh. Tác giả may mắn được sự hướng dẫn tận tâm của Cụ nhưng duyên Thầy trò chưa trọn 10 năm thì Cụ đã ra đi vào năm 1985 để lại trong tâm hồn tác giả bao niềm kính nhớ và luyến tiếc. Cụ thường bảo "Cái gì tôi biết tôi đã nói hết với ông". Tác giả luôn luôn ghi nhớ trong lòng sự tận tâm chỉ bảo của Cụ. Nhớ những lúc hai thầy trò rong ruổi tầm long tróc mạch và khi Cụ ân cần nhắn nhủ "Ông nên đọc sách Địa lý để mở mang thêm kiến thức nhưng cũng đừng nên tin cả vào sách mà hỏng".

Sau hơn 10 năm đọc và tìm hiểu các sách vở của Trung Hoa về khoa Địa Lý Phong Thủy tác giả lại muốn biết thêm về chữ Thời chữ Vận áp dụng như thế nào trong bộ môn này. Tác giả trộm nghĩ trồng cây gieo hạt còn phải tùy vào thời tiết bốn mùa. Vậy nếu thực hiện Địa Lý mồ mả nhằm đón lấy dòng điện từ trường của vũ trụ mà lại không để ý đến chữ Thời chữ Vận thì còn quả là quá thiếu xót. Thánh Địa Lý Cao Biền có ghi trong An Nam Cửu Long Kinh "Nhược dụng hoành thời phát nhi tuyệt" xin tạm dịch "Nếu táng không đúng lúc đúng thời vận thì tuy phát mà lại sinh ra bại tuyệt".

Hơn 20 năm qua tuy bận bịu trong công việc chữa trị bệnh nhân nhưng gặp những chứng nan y di truyền lại càng thúc đẩy tác giả muốn đi sâu thêm vào Địa lý Phong Thủy. Hy vọng ảnh hưởng Địa lý mồ mả hay điện từ của bối cảnh đất kết sẽ thay đổi được cấu thể sinh động nhiễm sắc thể DNA có tính cách di truyền và nhờ đó làm mất đi các tật bệnh nan y cho các thế hệ sau.

Do đó một lần nữa tác giả lại dấn thân "Tầm sư học đạo". Đầu thập niên 90 tác giả được nhận làm môn sinh của môn phái Tưởng Đại Hồng là người đã có công khôi phục lại môn phái Chính Tông của Tổ sư Quách Phác và Dương Quân Tùng vào đầu đời nhà Thanh bên Trung Hoa.

Tập sách "Phong Thủy nhàn đàm" gồm các câu vấn đáp nhằm mục đích giúp quý vị đọc giả muốn nghiên cứu Phong Thủy nhìn vấn đề một cách toàn diện mà chọn cho mình một hướng đi.

Tập sách này được sự lưu ý của các bậc học giả. Tác giả xin chân thành cảm tạ cố Giáo sư Nguyễn Khắc Kham, cố Chánh Án Nguyễn Văn Thư, cố Giáo sư Nguyễn Đình Hòa, cố Giáo sư Hà Mai Phương đã góp ý, sửa chữa bản thảo, cho mượn tài liệu và khuyến khích tinh thần để tập sách thêm phần hoàn hảo. Đồng thời, cũng không thể quên sự đóng góp thiết thực của anh Tuấn Dương trong việc sửa chữa bản thảo, bổ sung các hình vẽ minh họa cho thêm rõ ràng, phong phú.

Ngoài ra tác giả cũng xin cảm tạ các bậc thức giả quan tâm đến Địa Lý mà tác giả đã có dịp trao đổi kiến thức.

Cuối cùng sự hỗ trợ tuyệt đối của Hiền Nội cũng đã góp phần không nhỏ để tập sách hoàn tất như dự định.

Biển học mênh mông khoa Địa Lý lại hầu như thất truyền. Tập sách này chỉ mong góp một phần nhỏ vào việc bảo tồn và phổ biến truyền thống Địa lý cao đẹp của Tổ tiên. Chắc chắn tập sách sẽ có nhiều sơ xuất và thiếu sót tác giả xin nhận lãnh hoàn toàn trách nhiệm và mong được sự chỉ bảo của các bậc thức giả cao minh cùng quý vị độc giả.

Cẩn bút
Tuệ Hải

PHONG THỦY: TẦM SƯ HỌC ĐẠO

"Ba vuông sánh với bảy tròn
Đời cha phú quý, đời con sang giàu"

Câu chuyện có lẽ bắt đầu từ hơn bốn mươi năm về trước, lúc ấy tuổi còn để chỏm, nhân dịp về quê, tôi được các Chú các Bác dắt đi bốc mộ Cụ Tam Đại. Quê tôi vẫn có tục lệ cải táng sau ba năm nhằm mục đích an táng hài cốt vào nơi Phong Thủy tốt đẹp. Thủa sinh tiền gia nghiêm thường nhắc nhở con cháu đến những câu chuyện Địa lý Phong Thủy như "Ngôi mả này bị án hướng nên con cháu không ngóc đầu lên được"; "Ngôi mả kia đã kết tơ hồng mà nhà nọ kém phúc lại dời đi nên đang giàu có mà hóa ra nghèo". Ông tôi trước khi nhắm mắt cũng đã căn dặn bố tôi nên đặt đầu Cụ gối vào chỗ nào và chân đạp vào đâu. Cụ Tả Ao được tôn là Thánh Địa lý nước ta cũng có câu:

"Văn chương y dược đạo này là ba
Lấy làm ba bảo truyền nhà
Song le Địa Lý thật là thần tiên
Học thầy khẩu dụ tâm truyền..."

Địa lý Phong Thủy đã âm ỉ sống bên trong tôi suốt bao năm qua - những năm tháng nghiền ngẫm cổ thư, những đêm dài cặm cụi dịch thuật các bộ sách quý do tiền nhân lưu lại như: Tả Ao Hoàng Thị Song tiền Huyền cơ mật giáo, Quách thị gia tàng, Giáp Trúc Mai Hoa, Địa học Thám Nguyên, v.v...

Tiếp theo đó là thời gian tôi học đọc chữ Hán để có thể lãnh hội các danh tác Địa lý như Thiên Cơ Hội Nguyên, Ngọc Tủy Chân Kinh cùng vô số các tác phẩm Địa Lý xuất bản sau này. Song sau bao tháng năm nghiên cứu học tập, Địa Lý vẫn là một cái gì đó xa vời. Các chân thư như các bộ Thanh Nang kinh, Thiên Ngọc Kinh và Đô Thiên Bảo Chiếu Kinh tôi đã đọc qua không biết bao lần nhưng rồi vẫn như người đùa với bóng chưa tìm ra cái chìa khóa để mở cái kho tàng bí ẩn đầy kỳ diệu của Địa Lý Phong Thủy. Nhiều lúc tôi không hiểu sao mình lại phải đeo đẳng một môn học cổ xưa trong thời đại tân tiến nguyên tử như bây giờ. Có lẽ đó là một cái nghiệp hay dòng máu Địa Lý đã nằm ở trong tôi từ tiền kiếp. Sau khi đọc các chân thư một thời gian, mười năm sau tôi mới đành chấp nhận các lời khuyên "Tầm sư học đạo" vì các Chân Sư chỉ hé lộ một chút ít là môn phái Chính Tông thuộc về vận khí hay Tam Nguyên Cửu Vận. Các vị đó cũng cho biết phải theo Thầy học Đạo theo đúng truyền thống "truyền tâm truyền nhãn" thì khi đọc sách mới hội được các ẩn ý mà khai thông được. Tôi ao ước trong tương lai có cơ duyên học hỏi phương pháp Chính Tông.

Cơ hội này đã đến với tôi vào đầu thập niên 90. Sau hơn một năm thư từ, tôi đã quyết định học Địa Lý Tam Nguyên Cửu Vận với một Chân Sư tại Á Châu. Trước khi làm quyết định tối hậu, có lúc tôi đã định bỏ cuộc, nhưng rồi lại tiếc bao năm qua tốn biết bao công của tâm não mà chẳng nhẽ bây giờ lại dở dang. Hơn nữa, hai cụ thân sinh cũng vào tuần tuổi hạc - với sở học theo môn phái Tam hợp, tôi không dám cáng đáng công việc tầm long trốc mạch để lo việc hậu sự cho các Cụ. Có lẽ chữ Thời chữ Vận đã vô tình ăn sâu vào tâm não không cho phép tôi làm bừa rồi tùy theo phúc phận may rủi. Hơn nữa tôi thăm dò với các Chân Sư thì ngân khoản hậu tạ cho việc tìm đất kết cũng không phải nhỏ. Thôi thì dù sao mình cũng đã bao năm nghiên cứu, và học là cốt để làm cho gia đình, còn ngoài ra lưu truyền lại cho các thế hệ sau. Thêm vào đó, nếu cứ gia công nghiên cứu thì tiền sách vở có bộ vài trăm, có bộ gần ngàn bạc tính theo Mỹ kim thì chẳng mấy chốc tiền sách vở sẽ lên đến những con số không ngờ. Mà càng đọc lại càng gây nhức đầu "tẩu hỏa nhập ma". Do đó, tôi đã không ngần ngại quyết tâm làm một chuyến du học theo đúng truyền thống "Truyền tâm truyền nhãn" bái Sư thụ Giáo để mong học lấy khẩu quyết tâm truyền. Tuy thế, trong 20 năm qua đây là một chuyến du học tốn kém nhiều nhất. Ngoài sư lễ, tôi còn phải bỏ ra hai năm trời học nói tiếng Quan Thoại theo giọng Bắc kinh. Hơn hai tháng sửa soạn cho chuyến du học lưu trú, hơn hai tháng ngoài nơi xứ lạ quê người. Đúng là một cuộc phiêu lưu đầy bất trắc không biết có được chân quyết hay lại xôi hỏng bỏng không. Lòng phân vân không biết rồi sự thể ra thế nào. Do đó trước khi đi, tôi cũng xin Thần Linh mách cho một quẻ bấm độn xem sao. Quẻ hiện ra trong đó có câu: "Nếu gặp người mà tên họ (last name) có bộ Thảo đầu (++) thì mọi sự sẽ tốt đẹp". Môn phái Tam Nguyên cửu vận mà tôi sẽ theo học Tổ sư là Tưởng Công. Họ Tưởng viết theo lối chữ Nho trong đó có Bộ Thảo ++) ở trên đầu chữ. Tôi yên tâm hơn về chuyến đi vì đã có Thần Minh chứng giám phù hộ. Cũng nên biết thêm môn phái Tam Nguyên cửu vận có Tổ sư là Quách Công, Dương Công và Tưởng công. Tưởng Công là người có công sưu tập các bộ Kinh Chính Tông lại và chú thích làm sáng tỏ phần nào. Ngài thường được người đời tôn cho là "Tưởng Đại Hồng tiên sinh" hay "Thiên cơ bất khả tiết lậu chi Tưởng Đại Hồng".

Và cuối cùng sự mong đợi đã thành sự thực. Tôi đã đến và Sư Phụ đã ân cần dẫn dắt tôi từng ly từng tí. Sư phụ cũng xuất thân là dược sĩ nên chúng tôi có ít nhiều điểm tương đồng. Thầy dành cho tôi một phòng riêng trong đó có sẵn những bộ sách Địa Lý Y Học.

Sau hơn 12 tiếng phi cơ và khí hậu nóng ẩm của vùng nhiệt đới, tôi phải mất mấy ngày mới quen với sự thay đổi giờ giấc. Gia đình Thầy gồm năm người, các con đi học, Cô lo chợ búa cơm nước còn Thầy lúc nào cũng ở nhà trừ khi những lúc đi xem Địa Lý. Tất cả các khách của Thầy đều liên lạc qua điện thoại. Tôi nói với Thầy đời sống của Thầy thật nhàn nhã. Thầy bảo tôi tuy bề ngoài như thế nhưng việc cầm cán cân họa phúc cho một gia tộc không phải dễ. Ngày nào sáng tối tôi đều thấy không Thầy thì Cô thay phiên thắp hương trên bàn thờ Tổ. Thầy luôn luôn đọc sách và có ý định sẽ viết sách về Phong Thủy. Mỗi năm Thầy công du qua Nam Dương một lần. Thầy bảo tôi sau này nếu thích đi sẽ cùng đi với Thầy một chuyến. Tôi hiện tại chỉ mong học lấy khẩu quyết để thỏa lòng mong ước bấy lâu, chuyện theo Thầy du lịch xin được khất vào một dịp khác.

Độ vài hôm sau tôi vẫn chưa thấy Thầy đi làm việc ở văn phòng nào cả vì tôi muốn biết Thầy lấy khách từ đâu. Câu chuyện dần dà tôi biết được Thầy là đệ tử của một Chân Sư có công truyền bá học thuật Phong Thủy sau khi Trung Hoa Quốc Dân Đảng lưu vong đặt chân lên vùng đất mới. Thầy là cánh tay mặt của Chân Sư này và do đó có lẽ thừa hưởng tất cả các khách của Thầy mình. Tôi bấm số Tử vi của Thầy và cho biết số Thầy được quý nhân phù hộ. Thầy rất lấy làm hài lòng.

Sau gần một tuần lễ, một hôm Thầy cho biết đã chọn được ngày giờ tốt để làm lễ bái sư. Một bàn thờ nhỏ được bày trước bàn thờ Tổ với các lễ vật trái cây, rượu, trứng,... Thầy khấn và sau đó tôi tiến lên đặt phòng bì "sư lễ" trên bàn thờ Tổ, sau đó chúng tôi cùng khấn. Thầy đọc qua các qui luật của môn phái và tôi lặp lại từng điều một biểu lộ sự chấp nhận môn qui. Một trong mười điều lệ giới luật là cấm không được viết sách hiển lộ chân quyết. Thầy cho biết chương trình học tập gồm cách xem ngày giờ, lý khí chân truyền, phép điểm huyệt và sau cùng là tháp tùng Thầy đi xem các ngôi mả mẫu và tìm huyệt kết. Sau đó Thầy sẽ trao cho các tài liệu đặc biệt của môn phái. Hằng năm nếu cần tôi có thể trở lại cùng Thầy tham khảo thêm. Tôi nhớ lại Cụ thân sinh thường bảo: "Tiên học lễ, hậu học văn". Tôi hôm nay đã học đúng thế nào là chữ "Lễ" để được Thầy dạy bảo chu đáo. Thầy cho biết khi Thầy theo học thời gian mất đến gần cả hai năm, riêng về cách xem ngày giờ, cách giảng dạy của các Chân Sư theo cổ lệ cũng tốn mất gần ba tháng. Tôi nhớ lại Cụ Thầy Tử vi cũng bảo lúc Thầy học Tử Vi cũng phải mất nhiều thời giờ, nhiều khi cả tháng mới được vài câu phú. Còn tôi lại có cái may mắn học theo lối mới thời gian trong vòng hai tháng. Tôi trộm nghĩ cũng nhờ công nghiên cứu bao năm các chân thư về loan đầu và lý khí cũng như được sự dìu dắt 15 năm về trước của cụ Dương Thái Ban một danh sư Địa Lý, Tôi mới có đủ khả năng lĩnh hội mau được. Những gì tôi không hiểu đều được Thầy giảng giải tường tận và Thầy cũng không ngần ngại viết ra những gì Thầy muốn tôi ghi nhớ. Môn phái Tam Nguyên cửu vận theo sách vở và sự nghiên cứu của riêng tôi quả là thiếu sót nếu không có những sự chỉ dẫn những ngoại lệ, chẳng hạn như cách dùng giờ Thái Dương phải biết các ngoại lệ Âm Phù Sát thì mới được toàn bích. Thầy còn cho biết thêm cách dùng giờ Bắc

Đầu mà các sách xuất bản không hề nói đến. Những bí quyết được Thầy truyền cho có cái tôi say mê chấp nhận, có cái tôi cảm thấy không ổn, nhưng hỏi thì được Thầy cho biết đây là các khẩu quyết của Sư Phụ Thầy truyền cho mà chính Thầy cũng khó giải thích và sự linh nghiệm phải do lâu ngày mới thấy được. Tôi nghĩ rằng Địa Lý là một môn Huyền Học xen lẫn với thực nghiệm và các bí quyết là những kinh nghiệm gói ghém của bao thế hệ, ta cũng phải chấp nhận mà kinh nghiệm bản thân, chứ cứ thắc mắc tại sao thì thật khó cho sự truyền thụ. Chẳng hạn như khẩu quyết Tiên Thiên Hậu Thiên, ít sách vở nào đề cập và ta có thể chấp nhận như một định đề. Khi dùng trên huyệt lại phải phối hợp với yếu tố Tam Tài thì mới thấu rõ được sự diệu dụng như thế nào của khẩu quyết. Một câu nói của các Chân Sư thường được nhắc đến "Độc thư vạn bộ bất như khẩu quyết nhất chiêu" xin tạm dịch "Đọc ngàn quyển sách cũng không bằng một câu khẩu quyết". Một câu khẩu quyết chân truyền về phép điểm huyệt sẽ giúp ta phá tan màn u mê tăm tối và là con đường chỉ dẫn ta đến phép điểm huyệt chính xác. Bất cứ ai đọc sách cũng biết huyệt kết không ngoài bốn dạng "Oa Kiềm Nhũ Đột". Oa Kiềm là huyệt kết theo dạng Hoa hay yếu tố Dương và Nhũ Đột là huyệt kết theo dạng Quả hay yếu tố Âm. Có điểm huyệt đúng thì mới lập hướng đúng và do đó mới không tin lầm vào cách điểm huyệt lập hướng của môn phái Tam Hợp dùng Trường Sinh Long, Trường Sinh Thủy. Ví dụ theo môn phái Tam Hợp thì Hỏa Cục là Cấn Bính Tân lập Cấn là Sinh Hướng, Lập Bính là Vượng hướng, Lập Tân là mộ hướng, Lập Bính mà Thủy từ Cấn lai tức là được Sinh Lai Hội Vượng là tốt là hay nhưng có biết đâu Loan Đầu là một mà Lý Khí thì khác nhau. Trường Sinh Thủy Pháp chỉ dùng được khi có sự phù hợp với Lý Khí chân truyền. Các Thầy Tam Hợp thường vẫn lâm vào tình trạng mơ hồ không may này mà không biết tại sao loan đầu rất đẹp, thủy khẩu có Hoa biểu hãn môn mà mấy chục năm chẳng thấy có gì kết phát cả. Phép lập hướng theo Sinh Vượng Mộ thật khác với phương pháp Chính Tông xuất phát từ Khí Vận Cửu Cung Hà Đồ Lạc Thư. Sau hơn một tuần lễ học trên giấy tờ, một buổi sáng Thầy bảo tôi tháp tùng Thầy giúp cho gia đình nọ muốn trùng tu mộ cũ. Thân chủ của Thầy (hay đúng hơn là thân chủ của Sư phụ Thầy) là chủ một khách sạn. Họ tiếp đãi chúng tôi thật ân cần. Nhân dịp này tôi được quan sát hai ngôi mộ cũ do Sư phụ Thầy đặt và một ngôi mộ mới do chính Thầy đảm trách. Thầy cho biết hai ngôi mộ cũ đã hơn 20 năm. Lần đầu tiên đến khu huyệt, lòng tôi bấn loạn cả lên vì quá nhiều mả trên một ngọn đồi. Mắt tôi hoa cả lên vì nhìn đâu cũng thấy toàn là những cánh bướm dường như là đang trực sẵn để bay tung tăng. Tôi hỏi Thầy mả lung tung như thế này thì làm sao có thể Kết được. Thầy cho biết đúng huyệt, đúng lúc, đúng thời, đúng hướng, vẫn phát như thường. Còn các ngôi mộ chung quanh chỉ làm giảm đi chút ít ảnh hưởng kết phát mà thôi. Tôi suy ra rằng huyệt kết nơi các nghĩa trang công cộng vẫn có thể có, nhưng chắc chắn phải nhờ vào sự giúp sức của các Chân Sư.

Qua hai ngôi mả mẫu này, tôi đã được Thầy dắt ra chỗ riêng dẫn giải đâu là Thủy Khẩu, đâu là Nhập thủ, thật đúng như cụ Tả Ao căn dặn:

"Chẳng qua ra đến ngoài đồng

Tỏ mạch tỏ nước tỏ long mới lường"

Yếu tố Truyền Tâm Truyền Nhân quả là quan trọng. Huyệt thứ ba mới làm, cũng được xây cất nguy nga bệ vệ hơn hai ngôi mộ cũ, chứng tỏ con cháu làm ăn thịnh vượng. Huyệt nằm bên cạnh ngọn đồi với giòng nước phía trước mặt. Tôi nhớ lại Cụ thân sinh thường bảo thế đất "bút cài tai" để diễn tả huyệt kết bên cạnh gò cao. Bắt đầu sau hôm đó tôi tháp tùng Thầy mỗi khi Thầy đi xem phúc mộ hay xem nhà cửa.

Hơn ba tuần lễ tôi đã được Thầy dẫn đi tham quan hoặc tu chỉnh các ngôi đã được đặt theo đúng phương pháp của môn phái. Tôi nhớ lại các vùng đi qua như Đào Viên, Dương Minh Sơn, Quan Âm Sơn, Cao Hùng. Tất cả các ngôi mộ tôi được học hỏi đều bố trí theo quy tắc của môn phái khác xa với các ngôi mộ chung quanh.

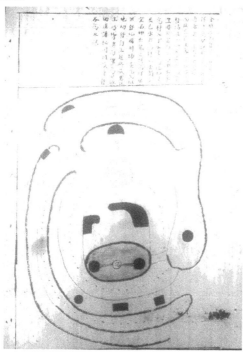

(Kim đôi chi Địa)

Ngôi Đất Kim Đôi

Kim Đôi chi địa hữu nhất cục, Canh long Bính hướng, hệ Canh long tả tuyền, Sinh vu Tị, vượng vu Dậu, mộ vu Sửu, thử cục thủy bất quy Sửu, nhi phóng Thìn Tị, Sinh Dưỡng phương an năng phát phúc, thả Bính hướng thủy phóng Tốn vi Hoàng tuyền, nên dụng huyền không Bính hỏa hướng, Thân thủy lai vi khắc nhập, Đinh thủy lai vi tị hòa pháp, Thìn Tị thủy khứ vi khắc nhập pháp, huyền không lưu thần xuất quỷ, phản sát vi tường, tất nhiên phát.

Bắc Quốc Minh Sư táng Nguyễn Thị tổ địa, sơ phát tự lập khởi binh, diệt thế cô chúa nãi bội Mạc, hưởng Lê vi trung hưng, công thần, chư thúc đồng tổ khí diệc phát các vi Thái Bảo,..

(Nguồn: Lưu xá Hòa Chính bí truyền địa pháp)

Tại Dương Minh Sơn, Thầy giảng về quý long cách có hộ vệ sa như thế nào. Về điểm này tôi đã học trước với cụ Dương Thái Ban nên không lấy gì làm bỡ ngỡ. Nơi đây Thầy lại chỉ cho tôi về Nhập thủ, Thủy khẩu và giảng rõ về Quan Quỷ cũng như cách điểm huyệt. Các chứng ứng phải làm sao và nội ngoại cục uyển chuyển như thế nào. Thế nào là huyệt kết theo dạng thường và thế nào là huyệt kết theo dạng biến. Dạng thường thì cứ theo lời căn dặn mà điểm không mấy khó khăn. Nhưng dạng biến đòi hỏi phải có cặp mắt chuyên môn và tinh ý mới nhận ra được.

Một nơi nữa tại Quan Âm Sơn, Thầy dẫn đi xem thêm các ngôi mộ thật nguy nga đồ sộ như một khuôn viên của ngôi biệt thự. Họ ghi lại công đức của người quá vãng trên một bức tường đá cẩm thạch sau mộ có kích thước dài 10 thước cao 2 thước. Các cây kiểng được chăm sóc cắt xén theo hình con Công con Phượng rất hài hoà ngoạn mục. Nếu không nhìn thấy tận mắt các ngôi mộ như thế thì khó ai có thể tin và tưởng tượng được tại sao các dân tộc Á Châu qua truyền thống Phong Thủy lại tôn trọng sự chết quá mức mà phung phí tài nguyên. Nhưng điều đó cũng nói lên một chân lý: của cải tiền tài chỉ là sự vật vô thường, còn sự thịnh vượng kết phát của Địa Lý mới thật là trường cửu và quan trọng đáng được đề cao tưởng nhớ.

Trong số hơn mười ngôi mộ xem qua ở các nơi Thầy ân cần dặn tôi chỉ nên nhớ một vài cái thật rõ ràng minh bạch và ghi chú thêm một chút ít lý khí áp dụng trong trường hợp đó như thế nào là đủ. Sau đó phải tự mình thực tập thêm và rồi sẽ có ngày nào đó tự nhiên nhập thần thì mọi sự sẽ dễ như trở bàn tay. Lòng tôi lúc bấy giờ cứ ngờ ngợ là làm sao mình lại có thể đạt đến trình độ lấy mắt điểm huyệt cũng như tính toán lý khí nhanh như chớp bằng cách bấm độn trên bàn tay. Trước khi ra về, Thầy còn ân cần nhắc nhở nên nhớ thế nào là Tụ khí Khai diện.

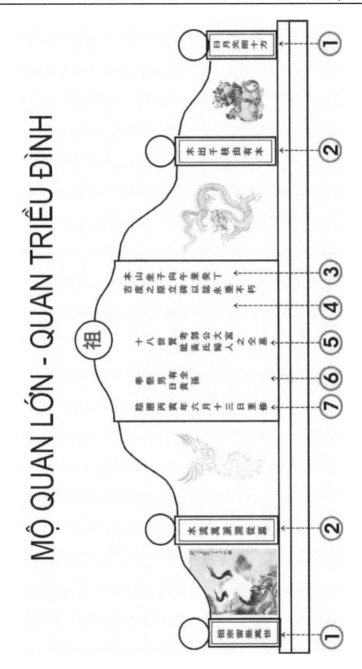

MỘ QUAN LỚN - QUAN TRIỀU ĐÌNH

Sau khi trở lại Hoa Kỳ, tôi mất thêm khoảng sáu tháng nữa để lãnh hội những gì học hỏi được. Tôi không còn thắc mắc thế nào là Sinh huyệt, thế nào là Tử huyệt, khi nào bắt đầu phát, khi nào bắt đầu tàn, huyệt kết thế nào là đa đinh hay thế nào là tuyệt tự, huyệt kết cho khoa hoạn phú quý phải thế nào và kết phát vào những năm nào. Tôi bắt đầu đi thực tập tìm huyệt ngay vùng quanh nhà. Tôi rất đỗi ngạc nhiên vì nhận ra được hai huyệt trong một buổi chiều, ngọn đồi cao trước mặt nhà bấy lâu nay tôi chỉ biết là ngọn núi mà nay đối với tôi nó lại biến thành Thiếu Tổ sơn. Ngọn đồi thấp hơn gần đó tôi vẫn thường leo lên hái mơ vào mùa hè bỗng dưng nhận ra được sự khai hoa kết huyệt một cách tự nhiên. Cách đó vài ngọn đồi tôi cũng nhận ra một huyệt vẫn còn chờ ai đáng được hưởng. Hy vọng một tương lai gần Phong Thủy Địa Lý sẽ phát triển tại Hoa Kỳ. Những sách Địa lý do các Chân Sư viết ngày xưa tôi không hiểu nay tự nhiên lại vỡ ra đúng như các Chân Sư lưu ý "Phải được truyền khẩu quyết thì đọc sách mới khai thông được". Phải chăng có một sợi dây liên lạc vô hình giữa các Chư Tổ và Đệ Tử. Các Ngài đã lưu truyền khẩu quyết là phương pháp đúng ngắn gọn đi ngay vào vấn đề. Ta cũng nên biết chân thư chỉ là lời của các Chân Sư tán dương ca tụng phương pháp chân truyền thường được gọi là khẩu quyết mà thôi. Nếu chỉ căn cứ vào chân thư mà thiếu Chân Sư truyền cho khẩu quyết thì như người đi biển không có La bàn, bơ vơ giữa biển khơi mây nước bao la.

Sáu tháng sau tôi trở lại để thực tập thêm với Thầy sau đó đã có dịp đi tìm huyệt một mình tại Á Châu. Lạ lùng thay, hầu hết những nơi tôi đặt chân đến đều có huyệt. Có huyệt tôi phải vào tận nơi quan sát từng nấm đất để tìm huyệt. Có nơi tôi nhìn thấy huyệt khi đi trên đường như các Chân Sư thường bảo "Huyệt tại Lộ Bàng". Có huyệt hiện lên như khuôn đúng như lời Thầy tôi dạy. Tôi bảo với người bạn đi cùng là có lẽ ai đắp sẵn cho mình hay sao (?). Sau hơn hai tuần lễ tầm long tróc mạch tôi đã tìm ra gần 10 huyệt kết và mỗi huyệt đã cho tôi những cảm giác thích thú khác nhau. Chẳng hạn một khu huyệt trường rộng rãi mà có một ngôi mả đặt sai huyệt. Thật là tiếc cho gia đình người nào đó. Có nơi tìm ra cả huyệt chính và huyệt bàng hay huyệt phụ. Những người bạn đi theo cũng phải ngạc nhiên trước tài nhận huyệt rất nhanh bằng cặp mắt của tôi. Tôi không còn nghi ngờ lời Thầy tôi căn dặn là "đến một lúc sẽ dễ như trở bàn tay". Nói như thế nhưng tôi nghĩ rằng huyệt là nơi linh khí kết tụ chỉ dành riêng cho những ai đáng được hưởng mà thôi như cổ nhân đã dạy "Tiên tích đức, hậu tầm long". Nếu ai có ý lạm dụng cướp quyền tạo hóa thì tai họa sẽ đến ngay. Tôi thầm cảm ơn Chư Tổ đã gìn giữ truyền thống Chính Tông để nhờ đó các linh địa vẫn còn tồi tại.

Riêng về phần lý khí hay cách đoán sự kết phát như thế nào, kết văn, võ, tiền của hay con cái môn phái Chính Tông căn cứ vào Hà Đồ Lạc Thư. Hà Đồ là thể quyết định yếu tố Âm Dương gồm các con số như Nhất Lục Cộng Tông, Nhị Thất Đồng Đạo,... Lạc Thư là Dụng quyết định sự thịnh suy bĩ thái gồm các con số từ 1 đến 9 thường được gọi là Cửu Cung. Hà Đồ Lạc Thư không thể chỉ là những kinh nghiệm tích lũy mà có được và có lẽ do các bậc Thánh Nhân được mặc khải trong cơn Thiền Định mà ra. Đó là một hệ thống của các hiện tượng khí hóa. Các hiện tượng khí hóa người xưa thường gọi là các vì tinh tú hay các ngôi sao. Bây giờ ta có thể xem như các hiện tượng Radiation hay phóng xạ nguyên tử ảnh hưởng tầm xa hàng ngàn dặm. Văn tắt môn phái Chính Tông chỉ dùng các con số từ 1 đến 9 làm ký hiệu. Chu kỳ thời gian được chia làm 9 nên ta có cửu vận. Ảnh hưởng của núi non sông hồ cũng được chia ra làm 9 nên ta có Sơn vận và Thủy vận. Sự phối hợp kỳ diệu giữa các vận Sơn, vận Thủy là những điều bí mật thường không tiết lộ ngay cả đối với những người thân như Kinh Đô Thiên Bảo Chiếu có đề cập đến.

"Phụ tử tuy thân bất khẳng thuyết
Nhược nhân đắc ngộ thị tiền duyên"

Xin tạm dịch "Cha con tuy thân cũng không nói và nếu người nào được truyền là tại vì có tiền duyên".

Trong tạp chí Làng Văn số 149 (1,97) và 151 (3,97) một bài viết về tục ngữ ca dao của hai học giả Bao La cư sĩ và Việt Chi có nêu lên một câu ca dao mà chưa ai giải thích được:

"Ba vuông sánh với bảy tròn
Đời Cha phú quý đời Con sang giàu"

Mọi người ai ai cũng thắc mắc câu đầu "Ba vuông sánh với bảy tròn" là cái gì và ám chỉ việc gì. Thực ra nếu không phải là đệ tử của môn phái chánh tông thì khó mà giải thích được ý nghĩa hai câu cho trọn vẹn. Ý nghĩa hai câu là lời căn dặn về sự cần thiết của sự tiếp Phúc hay thực hiện Địa lý mồ mả khi một yếu tố Địa Lý sắp tàn mong tránh những hoàn cảnh thương tâm sẽ xảy ra để mong duy trì sự kết phát lâu dài. Câu thứ hai "Đời Cha phú quý đời Con sang giàu" là muốn nói đến sự liên tục trường tồn chứ không phải bộc phát bộc tàn. Do đó câu thứ nhất "Ba vuông sánh với Bảy tròn" là điều kiện để đạt đến sự kết phát dài lâu trên. Và như thế "Ba vuông" cũng như "Bảy tròn" là những ký hiệu vận khí của Lý khí Chánh Tông. Người đặt ra câu ca dao trên phải là một Chân Sư Địa Lý tôn trọng câu "Thiên Cơ Bất Khả Tiết Lậu" nên chỉ dám lưu lại một ít dấu vết tung tích mà thôi. Cho nên khi nào dùng "Ba vuông" và khi nào dùng "Bảy tròn" vẫn còn được các đệ tử của Dương Công gìn giữ cẩn mật.

Các khẩu quyết "Truyền Tâm Truyền Nhãn" có tác dụng như một liều thuốc hồi sinh giúp tôi tỉnh lại sau cơn mê man vì ngụy thư đầu độc. Tôi cảm giác như có một luồng Sinh khí mới bắt đầu tỏa nhập chân thân.

Ngoài vườn vài chồi hoa sắp nở báo hiệu tiết trời đã sang Xuân.

Tuệ Hải
Ngày cuối Đông 97

TẦM LONG TRÓC MẠCH

Ngồi chung chuyến bay, một già một trẻ không hiểu đã thân nhau tự lúc nào, Chúng tôi trao đổi cho nhau từ chuyện này qua chuyện khác. Tôi là một kỹ sư điện toán phần mềm còn ông lại không ngờ là một Thầy Địa lý. Tôi vốn thích Tử Vi và cũng có dịp đọc qua các sách Phong Thủy nhưng thực tình sự hiểu biết còn ở bậc sơ học. Còn ông cũng đã có dịp may học Tử Vi với một Chân Sư nhưng nay ông chỉ chuyên về Bát Quái Cửu Cung Hà Đồ Lạc Thư. Trong đó, Ông nghiêng hẳn về Phong Thủy

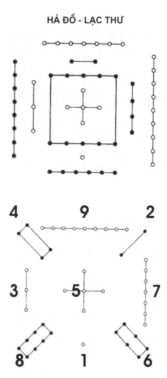

HÀ ĐỒ - LẠC THƯ

Địa Lý trên hai khía cạnh Dương Trạch - Âm phần để nhằm tạo sự hài hòa giữa con người và các vũ trụ tuyến.

Ông cho biết gốc của Tử Vi là Bát Quái Cửu Cung nhưng nay các sách Tử Vi lại chỉ nói đến phần ngọn là an sao đoán số. Ông nghĩ rằng Tử Vi luận số mạng của một người và có tính cách tiêu cực vì ít ai thay đổi được số mạng, còn Địa lý nếu làm được có thể thay đổi số mạng cả một gia đình hay cả một dòng họ.

Lá số THẠCH SÙNG

Thạch Sùng sinh giờ Ngọ, ngày 3/5 năm Giáp Ngọ
<u>Mất năm Ất Dậu - 52 tuổi</u>

Thạch gia kim cốc.　　　　石 家 金 谷

(Vườn Kim Cốc của Thạch Sùng, ở phía tây bắc huyện Lạc Dương, tỉnh Hà Nam).

Thạch Sùng tự là Quý Luân, tiểu danh Tề Nô, quê ở Sơn Đông, đời Tấn Vũ Đế làm thứ sử Kinh Châu, giầu có nhất thiên hạ. Thạch có người thiếp tên là Lục Châu nhan sắc tuyệt trần, hát giỏi đàn hay, Thạch rất yêu quí. Khi Tấn Vũ Đế mất, Triệu Vương Tư Mã Luân lên làm thừa tướng có người gia thần là Tôn Tú rất gian hiểm. Tôn Tú muốn chiếm nàng Lục Châu cho sứ giả tới ngỏ ý nhưng bị từ chối bèn để tâm thù, trình với Triệu Vương vu Thạch Sùng mưu phản, Triệu Vương tin lời cho Tôn Tú tùy tiện trừ khử. Tôn Tú đem quân đến vây nhà Thạch Sùng, nàng Lục Châu gieo mình tự sát ở gác Thanh Lương còn Thạch Sùng thì bị Tú đem chém và tịch thu hết gia sản.

Phú: Hạng Vũ anh hùng, hạn đáo Thiên Không nhi táng quốc; Thạch Sùng trí phú, vận phùng Địa Kiếp dĩ vong gia (Anh hùng như Sở Bá Vương Hạng Vũ hạn gặp Thiên Không sự nghiệp cũng tan vỡ phải tự vẫn Ô Giang. Giàu có như Thạch Sùng hạn gặp Địa Kiếp cũng phải tán gia bại sản).

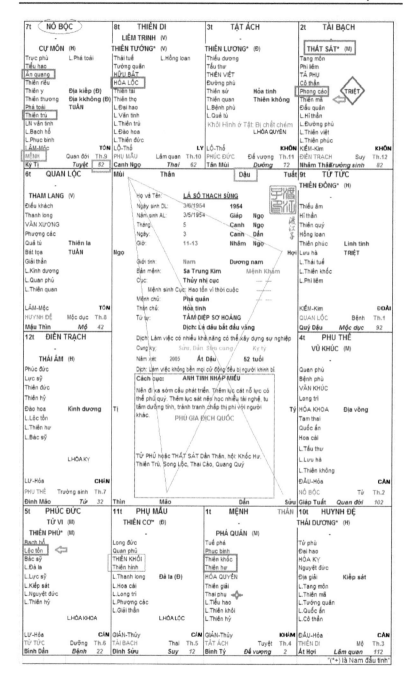

LÁ SỐ THẠCH SÙNG

Do đó, Địa Lý có tầm quan trọng lớn và thiết thực hơn. Tôi được biết ông là học trò cụ Dương Thái Ban, một danh sư Địa Lý và ngoài ra ông cũng đã có dịp qua Đài Loan tham khảo thêm về môn này.

Tôi rất thích nghe chuyện Địa lý của ông nên cố gắng khơi chuyện về mồ mả kết phát. Ông bảo các tài liệu về mồ mả kết phát có nhiều trong "Nam Hải Dị nhân" hay "Công Dự tiệp ký". Tuy nhiên ông cũng không ngại kể cho nghe một câu chuyện mới về Địa lý mồ mả do chính ông thực hiện. Một ngôi mả mà ông nghĩ con cháu của Phúc chủ sau này sẽ hơn cha mẹ vì chính Ông khi làm nhận thấy như được Thần linh dẫn dắt nên mọi việc êm xuôi như trở bàn tay. Tôi xin ghi lại câu chuyện theo lời kể của ông.

Sau nhiều ngày dong duổi tầm long tróc mạch tuy đã tìm ra một số cuộc đất với những huyệt kết rõ ràng minh bạch. Nhưng tiếc thay có huyệt vận thời chưa đến lúc dùng được như được Hướng mà không được Sơn gây ra cảnh tồn đinh tuyệt tự. Sơn thủy đảo điên chỗ nên có sơn thì lại có thủy và chỗ nên có thủy thì lại có sơn rất nguy hại cho tiền tài và con cái. Có nơi huyệt quá gần nơi dân cư đã cất nhà không tiện cho việc đặt mồ mả. Trước khi nhận giúp gia đình này tôi đã khấn trước bàn thờ chư Tổ và được các ngài tiết lộ "Địa hữu Thần, Thậm uy linh, ..." nên trong lòng chắc chắn gia chủ thuộc cảnh "Tiền Nan Hậu Dị" do đó vẫn yên trí tìm thêm.

Một hôm vào buổi chiều trời đã xế nắng sau khi lội bì bõm qua một cánh đồng lúa xanh rì và phập phồng vịn tay qua cầu khỉ cheo leo chúng tôi đặt chân lên một cuộc đất với dòng nước ôm quanh. Nơi đây là một cái gò nằm giữa cánh đồng cây cối um tùm xum xuê, nào vườn táo, nào luống bắp, nương ngô, kia rặng chôm chôm, nọ luống xoài cát, v.v... Cũng may chúng tôi gặp ngay người chủ vườn và sau khi trò truyện khoảng 1 giờ thì trời sắp tối. Chúng tôi xin hẹn ngày mai sẽ trở lại và được họ chỉ cho đi về bằng lối bờ ruộng trước mặt để tránh lầy lội. Chúng tôi vừa đi vừa ngoái trông lại cái gò đất mới phát hiện lòng như lưu luyến chẳng muốn về. Bất giác một tia sáng lóe ra tíc tắc trong đầu ngay lúc đấy, Chúng tôi tự nhiên biết được huyệt nằm ở đâu và hướng của huyệt quay về đâu. Trực giác bén nhậy này Chúng tôi chưa từng cảm thấy trong các lần đi tìm huyệt trước đây. Hôm sau trở lại, khi đứng tại huyệt trường Chúng tôi ngạc nhiên các chứng ứng của huyệt rất phù hợp, hợp một cách toàn thể như được đúc khuôn. Minh đường là cánh đồng lúa mênh mông bát ngát, xa mãi tận bờ sông. Án có cận án và viễn án. Cận án chính là đám ruộng cao trông tựa lưng con rùa phơi mình trên cánh đồng bát ngát thẳng cánh cò bay, viễn án là hai ngọn đồi sát nhau hình như lưng con Lạc đà hay gọi là Thiên mã. Tay long là một dẫy núi dài bên tay trái hình cong cong như lưỡi liềm mà đầu lưỡi liềm lại có một ngọn núi trông như một kim tự tháp nhỏ thường gọi là bút đứng hay bút lập hiện ra. Tay hổ là dẫy núi hình móc câu trông như cổ con vịt quay đầu vùng vẫy trong giòng nước trong mát. Nơi đây cũng chính là Nhập Thủ Long để dẫn khí mạch đến vùng đất kết. Nhập thủ sinh động như thế thật là hiếm thấy. Bên cạnh phía ngoài tay hổ cũng có một ngọn núi nhọn và như thế hai bên tay long tay hổ đều có bút đứng. Cụ Tả Ao có câu "Bút lập là bút Trạng Nguyên. Bút thích giác điền là bút Thám hoa." Chúng tôi rất lấy làm ngạc nhiên vì cuộc đất có một bút đứng hay văn phong (Núi chủ về văn học) đã là hiếm mà ngôi đất này lại có cả hai. Ngoài ra còn có nào là Thiên mã và gò đống rất nhiều trên tay long tay hổ cũng như hậu chẩm phía sau huyệt. Có thể áp dụng những câu thơ của cụ Tả Ao vào trường hợp này.

"Muốn cho con cháu nên quan
Thì tìm Thiên mã phương Nam đứng chầu
Muốn cho kế thế công hầu
Thì tìm chiêng trống dàn chầu hai bên"

Nhưng hình thể dù có đẹp đến đâu đi nữa cũng còn phải dùng đến phép Lý khí Huyền Không để phối hợp xem có thật phù hợp hay không. Điều lạ là ngôi đất lấy cánh đồng trước mặt làm Minh đường nhưng sau huyệt và tả hữu huyệt là một lạch nước bao quanh rồi mới đến hậu chẩm cũng là một rặng núi nhấp nhô có thể gọi là Tam thai Ngũ nhạc. Như thế là huyệt có đầy đủ những chứng ứng cần thiết Long Hổ Án Chẩm. Hành long thuộc dạng Văn Khúc Thủy kéo dài cả hơn 20 cây số qua các quận huyện.

Khi kết huyệt lại phù hợp với cách thức diễn tả trong Hám long kinh một chân thư về Loan đầu.

"Văn Khúc kết huyệt Chưởng tâm lạc"

Hay thủy long thường kết huyệt ở giữa như lòng bàn tay và do đó lấy núi non của Long của mình làm Long Hổ Án Chẩm.

Chúng tôi dùng tay bấm quẻ Huyền không Lý khí thì lạ thay các nơi đặc biệt như bút hai bên, Thiên Mã Án, Tam thai Ngũ nhạc Chẩm đều phù hợp với sự biến động của khí vô hình trong vận đầu của Hạ nguyên hay 60 cuối của chu kỳ tam nguyên 180 năm.

PHÚC THỬ - 福 鼠

Thiên Mã

Thông thường với các môn phái khác như Tam Hợp Cửu tinh không khi nào dám lập huyệt mà lại dựa lưng vào nước gần như thế vì họ luôn luôn trông vào nước trước mặt để làm minh đường. Đối với môn phái Chính Tông thì không nhất thiết phải như thế. Chúng tôi khi lập huyệt này đã gối đầu vào lạch nước phía sau mà theo Huyền không lý khí hóa ra lại hay vì thu được cả hình thể hữu tình cũng như khí vô hình luân lưu trong cuộc đất qua chu kỳ Tam Nguyên Cửu Vận. Cái lạch ôm quanh và rặng núi Tam thai Ngũ nhạc đều hợp thời hợp vận. Do đó, sau khi học được Lý khí Chánh tông thì lập huyệt định hướng cũng trở nên dễ dàng vì không còn e ngại những "Kỳ hình quái huyệt" đã làm điên đầu bao nhà nghiên cứu chẳng biết xoay sở làm sao mà điểm cho đúng với Lý khí cả.

Ngoài ra khi lập huyệt định hướng phải phối hợp với Nhập thủ mạch theo một phương pháp nhất định. Về điểm này chúng tôi may được dân địa phương dẫn đi chung quanh quan sát từng khóm cây ngọn cỏ mới nhận rõ mạch thổi vào huyệt từ đâu. Sau đó đem phương pháp hình thể Chánh Tông vào phối hợp thì quả là phải như thế. Chúng tôi hồi tưởng lại lời khẩu truyền tâm thụ của Thầy không khỏi khâm phục và nhớ mãi "...nếu không như thế thì là giả huyệt". Lý khí chân truyền thật là giản dị đúng như các Chân Sư thường nhắc nhở. "Độc thư vạn bộ bất như khẩu quyết nhất chiêu" xin tạm dịch "Đọc hàng ngàn quyển sách không bằng hiểu thấu đáo một câu quyết qua sự khẩu truyền".

Quan sát hình thế và so sánh với các huyệt quanh vùng chúng tôi nghĩ rằng đây là huyệt chính của cuộc long. Long đình khí chỉ thủy tụ khi hành long buông mình phân ra long hổ kết huyệt trước khi ra đến bờ sông. Huyệt nằm giữa lòng bàn tay nhưng được tay hổ quay đầu thổi khí vào trông ngoạn mục như đầu con cò trong tư thế quay đầu rỉa lông. Dân địa phương cũng nhận biết đây là thế đất hình con chim. Nếu nói theo kiểu hát hình ta có thể gọi là cách "Đại bàng ẩm thủy" hay "Bạch nhạn ẩm tuyền" cho dễ hình dung.

Huyệt kết ở dạng Đột là một cái gò với dư khí thè ra như cái môi trước khi thoái khí dần vào Minh đường đúng như các sách Địa lý thường căn dặn Long Huyệt phải có chiên thần. Cụ Tả Ao có câu:

"Kết thoái dư khí còn xa,

Phải đi trăm dặm mới ra chiên thần".

Khi đào huyệt qua hai lớp đất phía trên độ 2 tấc chúng tôi gặp lớp đất thứ ba dầy sâu độ 1 thước. Đất đầy Sinh khí, tươi nhuận với đầy đủ ngũ sắc năm mầu: Trắng, Vàng, Đỏ mầu gạch, Hồng, Xanh. Chất đất ở đây rất tốt, khi dùng tay bóp thì nó không vỡ nở rời rạc, khi vo lại thì thành viên. Người không biết cũng trầm trồ khen là đất đẹp. Riêng Chúng tôi cũng mừng thầm cho phúc Chủ được đất đầy đủ ngũ hành.

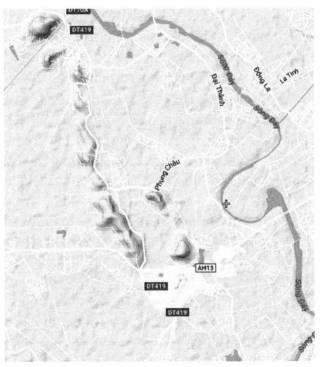

(Thế đất kết gò Kim tinh – Âm lai dương thụ huyệt.

Nhà Đặng Đình Tướng đã được bàng huyệt mà áo đỏ đầy triều)

Huyệt tọa Cấn hướng Khôn hơi nghiêng về Dần Thân để hóa đi sát khí nếu có tại các phương Đông và Đông Nam. Huyệt nhằm thâu lấy khí tốt tại phương Tây Nam có án lưng rùa và Thiên mã, phương Nam và Tây với Long Hổ và bút lập hay văn phong, phương Đông Bắc với lạch nước ôm quanh và rặng núi Tam Thai Ngũ nhạc. Cách phát thế nào thì gồm Đinh Tài, Văn học, Vũ chức hay công danh thành đạt khác thường. Khi nào phát thì chúng tôi luận theo lý khí chân truyền, được biết sẽ phát ngay trong vận này và sẽ kéo dài hết cho đến năm 2044.

Cũng nên biết thêm năm 1995 thuộc vận thứ 7 của Hạ Nguyên dùng huyệt này thì thu được khí tốt ở những chứng ứng trên. Nhưng nếu sang đến Thượng Nguyên thì không những không thu được Sinh Vượng khí mà còn bị sát khí làm hại. Do đó, chữ Thời có một ảnh hưởng tối quan trọng trong sự thực hiện Địa lý.

Gia đình phúc Chủ thuộc hậu duệ của một bậc Trạng Nguyên ngày xưa cũng do mồ mả kết phát nên vẫn còn duy trì được truyền thống Địa Linh Nhân Kiệt. Các con cố gắng thực hiện Địa lý trong hoàn cảnh không mấy thuận lợi nhưng cuối cùng mọi việc đều thu xếp được vẹn toàn. Cụ Ông lúc còn sống trọng tình nghĩa hơn tiền tài. Suốt đời luôn luôn đứng về phe kẻ yếu. Một mình can đảm dám chống lại cả một phong trào a dua theo thời thế. Cụ Ông mất trong lúc không thuận lợi cho việc thực hiện "Tầm long tróc mạch", nhưng 6 năm sau các con ai cũng đồng tâm nhất trí lo cho Cụ Ông được toại nguyện theo truyền thống tổ tiên "sống có nhà thác có mồ". Người con trưởng cho chúng tôi biết gia đình đã làm lễ và Cụ Ông đã đồng ý một cách không ngần ngại, gieo quẻ Âm Dương được ngay lần đầu cho phép cải táng.

Hôm bốc mộ Chúng tôi thấy quả là linh nghiệm và đúng lúc vì nắp áo quan đã mục. Gia đình làm lễ rước cụ về nơi huyệt mới đầy Sinh khí phong cảnh hữu tình. Thông thường ở địa phương này vào thời gian đó hầu như ngày nào cũng mưa vào buổi chiều. Chúng tôi chỉ nhắm chọn ngày giờ theo cho được ngày lành giờ tốt nhưng lại được cả ngày nắng đến mãi nửa đêm trời mới đổ mưa. Lúc hạ huyệt khi đọc điếu văn trời có nổi cơn giông tưởng chừng sắp mưa nhưng chỉ có vẻ tỏ dấu hiệu hài lòng cho mọi việc đã được vẹn toàn. Lễ cải táng Cụ là một ngày đẹp trời. Mây trắng trời xanh làn gió mát như báo hiệu điềm lành cho sự chuyển mình của một dòng họ qua giai đoạn mới.

Ngay hôm đó chúng tôi và gia đình phúc Chủ không định đến thăm khu nhà người Chủ đất vì mọi sự đã có sự bằng lòng giữa đôi bên. Nhưng nhờ một sự tình cờ Chúng tôi và con cháu của Cụ đã đến thăm người Chủ đất. Từ đây họ coi nhau như anh em trong một nhà. Chúng tôi chợt nghĩ thoáng trong đầu có lẽ nào Cụ Ông "Sống khôn thác thiêng" đã bảo cho gia đình biết sống theo đạo lý nên tỏ sự biết ơn người đã giúp mình trong ngày cải táng.

Làm xong cuộc đất một cách tươm tất phần Chúng tôi cũng như phía gia đình phúc Chủ cảm thấy như là mọi việc đã được sắp đặt từ trước và Chúng tôi đôi bên chỉ là những người theo đó mà làm. Riêng Chúng tôi trực giác nhận ra huyệt và sau đó dùng lý khí Chính Tông phối hợp giữa loan đầu hình thể và khí vô hình lại phù hợp được nhiều nơi. Lúc đào đất lại được đất ngũ sắc năm màu hiếm quý. Khi chọn ngày hạ huyệt lại được ngày không mưa. Chúng tôi trộm nghĩ rằng quả là đất này có Sơn thần Thổ địa trấn giữ từ lâu và ngày nay mách cho chúng tôi để tặng cho phúc Chủ. Người con trưởng cũng không ngần ngại tiết lộ cùng chúng tôi gia đình cũng có nhờ người xem quẻ dịch về cuộc đất này và quẻ ra rất tốt với lời bàn "Quả đào ngàn năm mới chín để đãi cho gia đình có phúc. Có thể thực hiện mà chờ kết quả". Quả đào ngàn năm đây muốn nói đến huyệt kết rất quý và hiếm như là phải cần đến ngàn năm mới có một lần.

Cho nên thực hiện Địa lý nói khó cũng được mà nói dễ cũng được. Khó cho những ai chưa bắt tay vào việc, nào là Chân Sư có mấy ai, thời gian eo hẹp và tiền bạc tốn kém. Dễ cho những ai có Phúc Duyên và nếu thành tâm thì thường được Thần linh giúp đỡ chỉ đường, biến mọi việc tưởng như khó mà lại hóa dễ như không.

Nghe xong câu chuyện tôi nhớ lại một bài báo tại Mỹ của tờ San Jose Mercury News trong năm 1995 có nói đến một nghĩa trang do người Trung Hoa sáng lập với những huyệt giá từ 200,000 đến 300,000 dollars. Nghĩa trang này nếu tôi nhớ không lầm thì tại thành phố Colma gần phía Nam của thành phố San Francisco.

Tôi định hỏi thêm về các chi phí tại nơi Ông làm nhưng phi cơ đã bắt đầu hạ cánh sắp sửa đáp xuống sân bay. Qua khung cửa con rồng Á Châu, quê hương tôi đã hiện ra trên các đám ruộng xanh, dòng sông với phù sa mầu hồng vờn lượn, những rặng núi vòng quanh ôm ấp ruộng đồng làng mạc như một bức tranh thủy mạc, đẹp đến mê hồn.

Tự nhiên tôi thấy như có một luồng Sinh khí đang thổi vào óc não châu thân và lòng lâng lâng rộn rã khi sắp đặt chân trở lại vùng đất quê hương yêu dấu. Nơi đây Địa lý Phong Thủy hay hiện tượng Địa linh Nhân kiệt vẫn còn được duy trì và thực hiện như một truyền thống khó phai nhòa theo dòng lịch sử.

Thật kỳ diệu và huyền ảo thay! Con người một linh vật sinh ra giữa trời đất rồi lại trở về với đất trời.

Trong bối cảnh con người tuy có chết nhưng lại luôn được tái sinh. Địa lý thật đã đóng một vai trò quan trọng. Không những luôn vun bồi cho cuộc sống, mà lại còn tái tạo và nâng cao cuộc sống cho thế hệ mai sau. Và hình như hiện tượng Địa linh Nhân kiệt vẫn hằng luôn ở trong mọi người chúng ta, vào mỗi khi tâm hồn và trái tim rung cảm hòa nhịp cùng Hồn thiêng sông núi, như một Cộng hưởng tích lũy sức sống triền miên luôn tồn tại chẳng bao giờ mất của những trang Anh Hùng Liệt Nữ qua bao ngàn năm. Tôi hẹn xin đến thăm Ông để tìm hiểu thêm về bộ môn Địa lý Phong Thủy, một môn Khoa học Nhân văn thiết thực tuy xưa cổ nhưng tràn đầy nhân tính trong mục đích báo hiếu Tổ tiên và gây dựng tương lai cho con cháu.

Thế mới biết Đạo Địa Lý thật là to lớn vô cùng. Trong Hiếu Kinh có đề cập đến sự chọn lựa đất cát trong việc an táng. Ông Trình Tử đã nói rằng đất có tốt có xấu. Đất tốt thì hình hài và Thần Phách của Tổ Tiên yên lành và con cháu được thịnh vượng. Do gốc được vun bồi thì cành lá tự nhiên sinh tươi. Huống hồ Tổ Tiên Ông Bà và con cháu vốn cùng một hệ thống tinh huyết cho nên hài cốt Ông Bà yên lành thì con cháu cũng yên lành. Ngược lại nếu hài cốt Tổ Tiên Ông Bà không yên thì con cháu cũng chẳng yên lành.

Ông Chu Tử nói rằng TÁNG (Chôn cất) tức là TÀNG (giấu đi). Tại sao con cháu lại phải giấu đi hài cốt di thể của Tổ Tiên là vì muốn tỏ lòng kính cẩn và thận trọng nên mới ra công nhờ Thầy tìm nơi đất tốt để tính kế hoạch vĩnh viễn lâu dài cho con cháu. Đất tốt sẽ giúp hình thể nguyên vẹn và Thần Linh Hồn Phách tồn tại phù hộ con cháu thịnh vượng nên việc cúng giỗ không đứt đoạn. Nếu ngược lại chọn chỗ đất cát không được tinh tường thì sự chôn cất sẽ không được tốt lành. Phần lớn thường gặp phải dòng suối hay mối mọt như các loại bệnh Phong của đất làm hại như bọn cướp phá hoại bên trong quan tài. Do đó hình hài và Thần Phách của Tổ Tiên không yên ổn gây ra cái họa chết chóc tuyệt diệt cho con cháu.

Địa Lý Phong Thủy có một sự hệ trọng vô cùng mà thực ra cũng chẳng nên xem đó là một thuật kỳ dị khác thường vượt quá thầm mong ước của mọi người. Đã là người chúng ta ai ai cũng không thể không biết trước việc hệ trọng này. Nếu coi thường việc hậu sự mà không lo liệu trước thì khi có việc ma chay an táng sẽ khó lòng tránh được không bị lừa dối bởi các thầy không có chân truyền thực học.

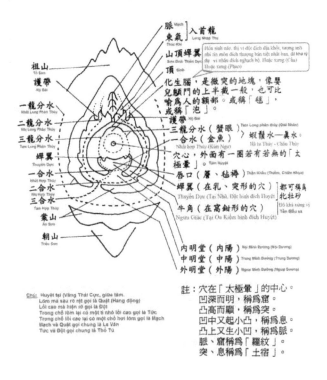

(Huyệt trường)

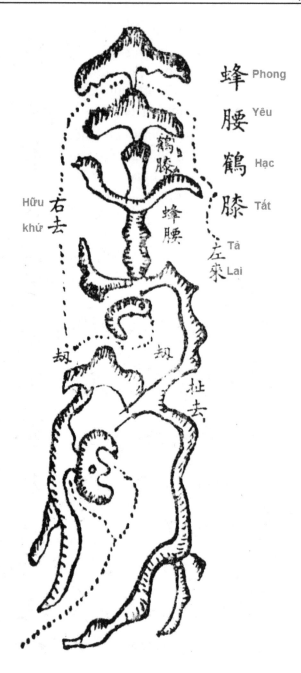

蜂 Phong
腰 Yêu
鶴 Hạc
膝 Tất

Hữu khứ 右去

Tả Lai 左來

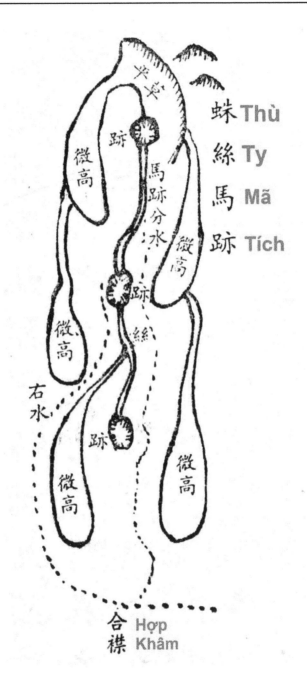

BẠCH VÂN AM TIÊN SINH
ĐỊA LÝ CHÍNH TRUYỀN

Nguyên tác Hán văn: NGUYỄN BỈNH KHIÊM
Người dịch: Giáo sư LƯU KHÔN

Không kể năm tháng, dùng cổ để làm chuẩn mực cho kim, Ta một ngày nhân trời quang đãng, ngắm sông núi làm vui. Trong lúc ngâm vịnh cổ thi, thấy được một câu lạ như sau:

"Mỹ nữ tiền đường bái giáo học hữu lương y".

Ý nói "người con gái đẹp tiến lên trước nhà xin thọ giáo (học hỏi) cho có cái ăn cái mặc".

Ta thản nhiên cười mà rằng: Thật hợp với ý định của ta hôm nay, nhưng chưa biết hình thế ra sao.

(Núi Cô Tiên, nơi đây đã phát 18 đời quận công)

Ta bèn rời bước ra đồng, phóng mắt nhìn khắp núi sông, cố tìm xem hình thế "Mỹ nữ" như thế nào, thì thấy một Ông lão mình mặc áo vải, tay chống gậy trúc, từ hướng Tây Bắc đến, trông thật quắc thước. Ông lão hỏi ta ở nơi nào. Ta đáp đi từ Ngọc An qua Ngân Hà, đi ngựa vượt Hát Long, chính là một kẻ nơi hương ấp. Ông lão nói: "Ngài là bậc hàn mặc sao đến chốn này?" Ta đáp: "Chỉ vì muốn xem mồ mả các vị tiền bối thế nào, để học hỏi các bậc tiên hiền, nên đột nhiên đến đây, không ngờ cao hứng mà vui với núi sông". Ông lão biết ý bèn xin đi cùng. Trong khi hóng mát dưới bóng cây, nói toàn là chuyện nước biếc dưới sông, chim ca trên núi. Ta khen lời ông lão nói đúng, nhân đó mới hỏi rằng: "Sách Địa lý có hàng trăm hàng ngàn quyển, vậy mà bọn học giả trên đời, mười người thường có đến bảy tám, khi khảo cứu thì trúng một sai mười, có phải thói thường là như vậy, hay đó là sách vở của bọn Nhung Man?" Ông lão nói: Sách vở có đúng có sai, nhưng kẻ trí theo cái đúng, người ngu theo cái sai, không thể cứ coi đó toàn là của quân mọi rợ. Xin giải thích để ngài nghe. Địa lý tức là núi sông bày bố trên mặt đất. Nhưng Địa lý lại có địa khí. Khí tụ thì lành, khí tán thì dữ. Khí hòa với cuộc sống, núi không mọc cỏ không chôn được. Khí theo hình mà đến, núi đứt không chôn được. Khí hợp với rồng (long), núi chiếc không chôn được. Nó xuất hiện trong sử sách, phát triển trong thi ca và đều gọi là khí cả. Vì lý đối với khí chẳng những như nước đối với biển cả, non đối với núi Thái. Thế mà người đời cứ muốn giảng giải bằng những lời lẽ trần tục, thật chẳng rõ thế nào là huyền diệu vậy. Nhìn Huyền vũ rũ đầu, Thanh long múa lượn mà cho là đẹp, không ngờ khí ấy tan tụ nơi huyệt tinh, huyệt trường. Cho nên yên phận giữa loài tôm tép mà không biết khí lạnh, ẩn mình trên ngọn quy sơn mà không biết khí tan, như thế làm sao tạo được phúc cho mình, cho người? Riêng ở Nghệ An có ông Tả Ao, hiểu lẽ Sinh Lai Ấm Tử, luôn luôn coi Địa lý đi trước, địa mạch đi sau. Như thế thì muốn nói theo ngài, có thể nào không nhìn nhận địa khí là tông chỉ của Địa lý?"

Ta nói: "Tôi nghe cái mà người xưa gọi là táng thừa sinh khí, nay lại nghe địa khí là trên hết, quả thật không phải dễ vậy. Tuy nhiên lý có hình dễ biết, khí không hình khó tường, thực không biết phải dò từ đâu ra."

Ông lão đáp: "Khí sinh ra nước, nước do khí sinh ra, vì vậy quan sát nước có thể tìm ra được lẽ nhiệm màu. Nay xin mách như thế này:

Thứ nhất phải xem khí và nước ngưng tụ tại huyệt trường. Lên cao quay đầu nhìn lại sẽ trông thấy đại thể bắt nguồn từ bên trái xuôi dòng chảy qua bên phải, ở giữa sẽ trông thấy một dòng nước nhỏ, bất kể rộng hẹp, dài ngắn, từ bên phải chảy ngược sang bên trái, rồi cùng đại thế hợp chung dòng mà chảy sang bên trái, ở khoảng giữa này ắt có khí tụ huyệt trường, đại thế thủy từ bên hữu chảy sang bên tả, dòng nước cũng thế, sẽ chảy ngược lại để hợp chung dòng. Ta gọi đó là:

Ngoài song trăng sáng, trong nhà trắng,

Bên dòng hoa nở, giữa dòng hồng.

Nếu các dòng nước lớn nhỏ cũng chảy xuôi mà không hợp chung với nhau thì khí sẽ tan, chẳng nên dời bước tới!

Thứ hai phải xem khí và nước ngưng tụ tại huyệt tinh. Đã xem xong huyệt trường mới vào trường nội để thẩm định mỗi ngôi sao xuất thân như thế nào.

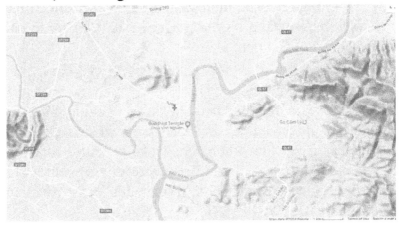

(Hai dòng Thủy hợp lưu, một dòng từ trái chảy sang phải, một dòng từ phải chảy sang trái, rồi hợp lưu chảy về phương Nam)

Không những chỉ có Kim, Mộc, Thủy, Hỏa, Thổ mà còn có những cảnh sắc đẹp để tôn nghiêm, xinh xắn, phì nhiêu, phía sau nước rẽ, phía trước nước hợp, ta gọi đó là:

Nước rẽ phía sau, nước hợp phía trước,

Huyệt tinh tụ khí, chắc chắn không thể nghi ngờ.

Nếu không thành huyệt tinh, không thành huyệt điền, không trông thấy thủy rẽ, thủy hợp, ấy là khí tan, chẳng nên để ý tới.

Thứ ba nên xem khí và nước ngưng tụ tại huyệt vựng. Xem trong huyệt tinh, huyệt điền. Bước lên huyệt tinh, huyệt điền mà nhìn thẳng, nhìn nghiêng, nhìn ngang, nhìn dọc thì trông thấy vựng hình hơi động trong huyệt tinh, minh dịch thấp thoáng nơi điền vựng. Phía sau hà tu (râu tôm) khi mưa xuống thì nước rẽ. Phía trước có giải nhãn, khi mưa xuống thì nước hợp, ấy là khí tụ huyệt vựng. Tức đó là:

Trong huyệt có hình sóng lượn, nhất nhất đều thế cả. Nếu bằng phẳng như tờ giấy, như da trâu, ấy là khí tan, thì chẳng nên đem chôn!"

Ông lão nói dứt lời, Ta nhận ra đó mới chỉ là nói, bèn thưa với Ngài rằng: "Địa lý với địa khí cũng không ngoài núi với nước, nay nếu chỉ chuyên về thủy pháp và phân hợp thuận nghịch mà không nói gì đến Quẻ khí như vậy là sai lầm không thỏa đáng. Người xưa nói "Núi cản, nước xuôi ắt khí tụ, núi xuôi, nước cản ắt khi ngưng". Còn nào ngô đồng, dương liễu, v.v... xin tạm gác một bên.

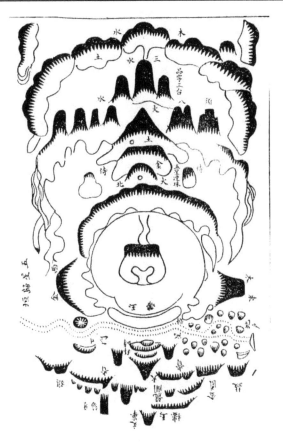

(Ngũ Tinh quy viên)

Ông lão mỉm cười không nói, Ta lại cứ hỏi luôn miệng, nên Ông lão mới đáp như thế này: "Trong việc nghiên cứu Địa lý, kẻ hèn này tuy hiểu biết kém cỏi, nhưng thấy rằng không thể thiên trọng về nước mà xao lãng về núi, bởi vì sông núi là một. Núi "hành" thì nước "định", núi "hồi" thì nước "chuyển", nước tức là núi, núi tức là nước. Phàm phía sau có thủy phân bát tự thì "chủ" ắt có "mạch khai trướng xuyên tâm". Phía trước có thủy hợp bát tự thì "nô" ắt có "hình loan cung bão diện". Phía trên không có hình, động mạch đến như làn tro, thì hà tu do đâu mà chia ra. Phía dưới không có "bàng khởi", cao thấy như đáy nước xoáy thì giải nhãn do đâu mà hợp lại. Đến như khi thủy mạch đi ngược lại thì nghịch sau ở mạch ngoại lấy gò để nhận nước ở đầu nguồn. Thế nên Sơn pháp nằm trong Thủy pháp. Nay nếu thiên về nước mà nói, ấy vì muốn phân biệt tụ tán rõ ràng. Núi khó mê hoặc được ta, nhưng ta rất cần không loại bỏ "Thoát long tụ khí", rồi sau đó "Long gia quý cách". Nếu không "Tọa hạ vô long, triều đối thành không", tuy "Long quý gia cách" có ích lợi gì. Kinh sách có câu:

Tọa hạ nhược vô kỳ khí mạch,

Nhãn tiền hưu vấn vạn trùng sơn.

Nghĩa là: Dưới chỗ ngồi nếu không có khí mạch, trước mắt đừng hỏi núi nghìn trùng là như thế ấy."

Hồi lâu ta hỏi ông lão: "Nhìn núi trước, nhìn sông sau, có lẽ khó tìm được rồng (long). Nhìn sông trước, nhìn núi sau, có lẽ dễ tìm được rồng (long). Như thế quả Ngài đã thông suốt về môn Địa lý và những gì Ngài nói về huyệt trường, huyệt tinh, huyệt vựng, thủy pháp đều chắc chắn cả. Còn như tiểu phái đi ngược đến, có phải lúc nào cũng thế mới tạo được phúc chăng?"

Ông lão nói: "Không phải như thế. Tiểu phái đi ngược đến ý nói là thuận kết cục, còn đại phái xuôi dòng mà đi cũng như là tiểu phái đi ngược đến mà thôi. Nếu xây qua trở lại để "đồng bão" "đương triều", hạ sa cũng bất chấp là rút ngắn ra sao, thì cần gì tiểu phái đi ngược đến?"

Ta nghĩ điều mà Ông lão trình bày nhất nhất đều hợp lý, quả đúng là chính pháp chân truyền, đạt được tâm quyết của Tả Ao. Hỏi thế nào là "Minh Sinh Lai", thế nào là "Ám Tử Khứ"?

Ông lão nói: "Tả Ao chỉ lấy sáu chữ Sơn Thủy, Thuận Nghịch, Huyệt Pháp. Nếu khởi tổ bắt đầu từ bên trái ắt đi ngang qua phía sau, đến bên phải rồi đi ngược lại, rồi nhập huyệt. Nếu bắt đầu từ bên phải, ắt đi ngang qua phía sau, đến bên trái rồi đi ngược lại, rồi nhập huyệt. Rồng (long) thay đổi, Tả Ao tiên sinh gọi là "Minh Sinh lai". Nếu xuôi theo mà đến, xuôi theo mà nhận, từ bên trái đến, bên trái nhận. Từ bên phải đến, bên phải nhận, rồng (long) không thay đổi, đó là "Ám Tử Khứ". Nước Huyền vũ phải đến Minh đường. Nước Minh đường phải "Chiền" Huyền vũ. Có cách "Huyền chi thủy" này, Tả Ao tiên sinh gọi là "Minh Sinh Lai". Nếu xuôi theo mà đến, xuôi theo mà đi, thẳng đường mà đến, thẳng đường mà đi, nước không phải là "Huyền chi thủy", đó là "Ám Tử Khứ". Như "Huyệt Trường", tả hữu đều khai dịch, gọi đó là "Minh" không khai dịch, gọi đó là "Ám", tả khai hữu bất khai, gọi đó là một bên "Minh", một bên "Ám". "Huyệt kết" thì tựu lại ở chỗ minh. "Huyệt thể" hay "Hình thế huyệt" có môi là "Sinh", không môi là "Tử". "Định Huyệt" hay "Điểm Huyệt" phải tìm đến nơi Sinh mà bỏ nơi Tử. Nay mình đã gặp nhau, kẻ hèn này có gì để giấu? Nếu trông thấy đại thủy từ bên tả đến, bên hữu đi, lại trông thấy tiểu thủy từ bên hữu đi ngược đến, rồi sang bên tả hợp với đại thủy mà đi, những "Sa" trong nước này Tả Ao tiên sinh gọi là "Long nghịch quyển" hay "Long hóa"; hoặc trông thấy đại thủy từ bên hữu đến, bên tả đi; lại trông thấy tiểu thủy từ bên tả đến, rồi sang bên hữu, hợp với đại thủy mà đi, những "Sa" trong nước này Tả Ao tiên sinh gọi là "Hổ nghịch quyển", hoặc gọi là "Hổ hóa".

Như thế đặt La bàn chỗ nào là cát, chỗ nào là hung? Phàm khi bốc táng, mỗi lần thấy khí hàn mặc thì gọi là Văn, mà không màng đến Tốn, Tân. Thấy hình trống thì gọi là Vũ, mà không để ý đến Chấn, Canh. Trước mặt thấy nhà cửa, quân hầu trùng điệp, tuy không Cấn, Bính mà là phú ông. Bên trong thấy người đẹp với mày ngài bán nguyệt, tuy không Đoài, Đinh, mà là Đế hậu. Đại để dùng La bàn là để đặt điểm lành đúng chỗ. Việc tạo hóa an bài không ngoài "Sơn tề Án chính" mà thôi. Không nên câu nệ xoay trở La bàn mà phản lại tinh hình đúng đắn của sơn thủy. Điểm huyệt rốt cuộc rồi cũng sẽ lầm lẫn."

Trước khi ta gặp ông lão, ta cứ tưởng là tầm long dễ, điểm huyệt khó. Từ khi được ngài khai tâm rồi, mới biết điểm huyệt là phải nhắm sao cho đúng.

(La bàn hay La Kinh các Chân Sư thường hay sử dụng)

Dịch âm: BẠCH VÂN AM TIÊN SINH ĐỊA LÝ CHÍNH TRUYỀN

Niên nguyệt bất kế, dĩ cổ chuẩn kim, dư mỗi nhật yến thời. Tụ ngu sơn thủy đang ngâm vịnh cổ thi. Kiến nhất kỳ cú vân:

Mỹ nữ tiền đường bái giáo học hữu lương y.

Thản nhiêu tiếu viết: Chính hợp dư lệnh nhật kế. Đản vị tri hình thế như hà tức di tông dã ngoại. Tứ quan sơn thủy, sách mỹ nữ hình thế như hà.

Kiến nhất lão ông thân yết nhất lệnh, thủ trúc nhất chi, tòng tây bắc phương lai đáo. Kình thiên ngọc diệp chi trung, tư vấn dư viết: Sở cư hà tại.

Dư viết: Tòng ngọc án độ ngân hàn, tẩu mã quá hát long, nãi thị hương ấp du nhân.

Lão ông viết: Công thi hàn mặc trung nhân, hà do chí thử.

Dư viết: Chính khán tiên phần như hà dĩ pháp tiên hiền thốt du chí thử. Bất kỳ ngẫu phùng giai giữ dĩ sơn thủy tự ngu.

Lão ông tri kỳ ý, tức yêu giữ đồng hành. Thừa lương thụ hạ tư thời sở ngữ:

"Vô phi thủy lục sơn ca."

Dư gia kỳ ngôn hợp lý.

Nhân vấn viết: Địa lý chi thư vô quá thiên bách. Nhi thế chi học giả, thập thường thất bát nhi khảo kỳ hạ thủ chi gian tắc nhất thị thập phi. Tương kỳ nhân chi thời tục dư, ức thị diệt.

Lão ông viết: Kinh hữu thị hữu phi, đãn minh giả tông kỳ thị. Ám giả thượng kỷ phi, bất khả thị dĩ nhất khái diệt man kinh. Kinh luận dã, thỉnh vi ngôn chi. Phủ Địa lý giả, sơn thủy chi liệt vu địa dã. Nhiên Địa lý hựu hữu địa khí. Khí tụ tắc cát. Khí tán tắc hung. Phù khí dĩ sinh hòa. Đồng sơn bất khả táng. Khí nhân hình lai. Đoạn sơn bất khả táng. Khí dĩ long hội. Độc sơn bất khả táng. Kỳ hình chư kỷ, phát chư thi ca, giai ngôn khí dã, thị dĩ lý chi ư khí. Bất thí thủy chi hải sơn chi thái. Nãi thế chi nhân đồ thích kỳ trần ngôn. Bất minh kỳ yếu chỉ. Phàm kiến huyền vũ chi thùy đầu thanh long chi tường vũ, sở dĩ vi mĩ quan. Nhi huyệt tinh huyệt trường, bất giác kỳ khí chi tán tụ. Cố hoặc an ư hà tu thủy giới chi trung, nhi bất tri kỳ khí hàn hoặc tàng ư qui bối sơn trung chi thượng nhi bất tri kỳ khí tán. An năng tạo kỷ phúc tạo nhân phúc hồ. Độc Nghệ An Tả Ao tiên sinh; sở dĩ Minh Sinh Lai Ám Tử Khứ; mạc bất dĩ địa khí vi tiên, địa mạch vi hậu, nhiên tắc dục đạo tiên sinh giả. Khả bất dĩ địa khí vi Địa lý chi tông chủ hồ.

Dư viết: Văn cổ nhân sở vị táng thừa Sinh khí. Kinh hựu văn địa khí vi Địa lý chi tiên, thành bất khả dịch dã. Đãn lý hữu hình dị tri, khí vô hình nan thức quả tòng hà đầu đắc lai.

Lão ông viết: Khí vi thủy mẫu, thủy vi khí tử. Thị dĩ thủy quan chi. Khả kiến kỳ ẩn hỹ. Kim vi ngôn chi.

Đệ nhất đương khán huyệt trường tụ khí thủy. Hệ đăng cao hồi đầu kiến đại thế thủy tự tả biên phát nguyên. Thuận lưu lai hữu. Trung kiến nhất tiểu phái, bất câu đại, bất câu trường đoản, tự hữu biên nghịch lai tả, giữ đại thế thủy hợp hữu khứ. Giá cá trung gian, tất hữu huyệt trường khí tụ. Hữu biên đại thế thủy lai tả, tiểu phái nghịch hợp diệc nhiên. Sở vị:

"Song ngoại minh nguyệt song nội bạch
Thủy biên hoa phát thủy trung hồng."

Nhược đại lưu tiểu phái tương thuận nhi bất tương nghinh tắc khi tán.

Đệ nhị dương khán huyệt tinh tụ khí thủy. Ký khán đắc huyệt trường, phương nhập trường nội, thẩm nhận mỗ tinh xuất thân, bất câu Kim, Mộc, Thủy, Hỏa, Thổ. Hệ kiến tôn nghiêm khai nhan tú mỵ khả quan. Hậu hữu bát tự thủy phân. Tiền hữu bát tự thủy hợp. Sở vị:

Thủy hậu hữu phân,

Thủy tiền hữu hợp.

Huyệt tinh tụ khí,

Định vô nghi hĩ.

Nhược bất thành tinh thể, bất thành điền diện, bất kiến thủy phân thủy hợp, tắc khí tán, bất tu trước nhãn.

Đệ tam đương khám huyệt vậng tụ khí thủy. Hệ khí khán đắc huyệt tinh huyệt điền, phương đáo tinh thượng điền thượng chính khán tà khán hoành khán trực khán, hệ kiến tinh trung vi động vậng hình hoặc điền vậng minh dịch vi mang. Thùy chiên khai diên. Hậu hữu hà tu thiên vũ thủy phân. Tiền hữu giải nhãn thiên vũ thủy hợp, nãi thị huyệt vậng tụ khí. Sở vị:

Huyệt hữu lãng ảnh nhất nhất kỳ thị dã,

Nhược bình như phiến chỉ, thản tự ngưu bỉ, tắc khí tán. Bất nghi thiên táng. Lão ông ngôn dĩ.

Dư thái kỳ ngôn. Đô tòng thủy thượng thuyết lai nhất bộ. Sơn chướng hòa vị khải sỉ, tức ngữ chi viết: Địa lý dữ địa khí bất ngoại hồ sơn thủy nhĩ. Kim chuyên ư thủy pháp. Duy dĩ phân hợp thuận nghịch vi đàm. Nhi chư gia quái lệ thí nhi bất thủ. Thị thành tích ư mâu trung nhi bất mãn giả dã. Cổ nhân vân:

"Sơn chỉ thủy giao tắc khí tụ,

Sơn nhân thủy giới tắc khí chỉ."

Bỉ đồng ngô, dương liễu chi đồ.

Tất cánh tòng phu chi mỹ nữ. Cố thỉnh trí nhi bất vấn, nãi chủ sơn nhất tiết, tu khai trướng dĩ xuyên tâm. Nô sa lưỡng bàng, yếu loan cung nhi bão diện. Đương tâm thập đạo. Tắc mạch tòng đính thượng nhi Sinh Lai. Hạ diện nhất sa tắc thế nghịch sa đầu dĩ thu thủy. Thử vi tàng phong tụ khí. Lịch nghiệm danh gia cổ mộ, mạc bất năng nhiên. Kim nãi trí vu độ ngoại chỉ đàm vu thủy. Kỳ nhiên khởi kỳ nhiên hồ. Lão ông vi tiểu bất ngôn. Dư cáo chi bất dĩ. Phương ứng chi viết:

Địa lý chi học, bộc cố thiển văn quả kiến, nhiên phi thiên ư thủy nhi hốt ư sơn dã. Cái sơn thủy nhất dã. Sơn hành tắc thủy tòng sơn hồi tắc thủy chuyển:

Thủy chiền cánh thị sơn chiền,

Phù hậu hữu bát tự thủy phân tắc chủ sơn tất hữu khai trướng xuyên tâm chi mạch.

Tiền hữu bát tự thủy hợp, tắc nô sa tất hữu loan cung bão diện chi hình.

Thượng bất hữu hình động mạch lai tự hôi tuyến giả, tắc hà tu hà tự nhi phân.

Hạ bất hữu bàng khởi cao trung đê tự oa đê giả, tắc giải nhãn hà do nhi hợp.

Chí ư thủy phái nghịch lai, tắc phái ngoại nghịch sa. Hà dĩ thu nguyên đầu chi thủy. Thị phó sơn pháp đô ngụ ư thủy pháp chi trung. Tư thiên dĩ thủy ngôn. Chính dục phân tác tụ phân minh. Sơn nan huyễn ngã, nhi tạo táng chi gian, bất khứ thoát long tụ khí, nhiên hậu long gia quý cách, tất ngã dụng. Bất nhiên tắc tọa hạ vô long, triều đối thành không. Tuy long quý gia cách ư thị hà dư. Kinh vân:

Tọa hạ nhược vô chân khí mạch,

Nhãn tiền hưu vấn vạn trùng sơn, thử chi vị dã.

Dư vấn lão ông viết: Vị khán thủy tiên khán sơn. Tầm long dã, hoặc nan. Vị khán sơn tiên khán thủy, tầm long dã, hoặc dị, nhiên tắc công chi Địa lý. Thành đạt lý giả dã. Kỳ ngôn huyệt trường, huyệt tinh, huyệt vậng, thủy pháp; cố nhiên.

Chí ư tiểu phái nghịch lai, yết đắc trường trường đô thị, phương năng tạo phúc dư. Lão ông viết bất nhiên.

Phù tiểu phái nghịch lai. Cái ngôn thuận kết cục. Đại phái thuận khứ, phương tầm tiểu phái nghịch lai nhĩ.

Nhược phiên thân hồi bão, chuyển diện đang triều. Hạ sa diệc bất câu đoản súc hà tu. Tiểu phái chi nghịch lai hồ.

Thử cú dư tưởng Lão ông sở ngữ nhất nhất trúng lý, quả thị chân truyền chính pháp đắc Tả Ao tâm quyết hĩ. Khước thủ Tả Ao lục tự ngôn chi nhiên tắc hà vị Minh Sinh Lai; hà vị Ám Tử Khứ.

Lão ông viết: Tiên sinh lục tự, chỉ dĩ sơn thủy thuận nghịch huyệt pháp khứ thu ngôn chi.

Như khởi tổ tả biên, tất hoành quá hậu đầu. Chí hữu biên nghịch lai nhập huyệt. Hoặc khởi tổ hữu biên tất hoành quá hậu đầu, chí tả biên nghịch lai nhập huyệt, hữu thử bác hoán long dã. Tiên sinh vị chi Minh Sinh Lai.

Nhược thuận lai thuận thụ. Tả lai tả thụ, Hữu lai hữu thụ. Long vô bác hoán. Vi Ám Tử Khứ.

Huyền vũ chi thủy. Tu yếu đáo minh đường.

Minh đường chi thủy. Tu yếu chiền huyền vũ. Hữu thử chi huyền chi thủy. Tiên sinh vị chi Minh Sinh Lai.

Nhược thuận lai thuận khứ, Trực lai trực khứ, Thủy bất chi huyền. Vi Ám Tử Khứ.

Như huyệt chi trường. Tả hữu khai dịch tắc vị chi minh. Bất khai dịch tắc vị chi ám.

Tả khai hữu bất khai, tắc vị chi nhất biên minh nhất biên ám.

Huyệt chi giả, đương tựu ư minh xứ điểm chi.

Huyệt chi thể hữu thần vi Sinh, vô thần vi Tử.

Huyệt chi giả, đương cầu kỳ sinh xứ điểm chi nhi xã kỳ tử dã.

Kim ký tương phùng. Bỉ hà hữu ẩn. Như kiến đại thủy tự tả biên lai hữu khứ. Hựu kiến tiểu thủy tự hữu biên nghịch lai. Tả hợp đại thủy khứ. Nã thủy nội chi sa. Tiên sinh vị chi Long nghịch quyển hoặc vị chi long hóa.

Hoặc kiến đại thủy tự hữu biên lai tả khứ. Hựu kiến tiểu thủy, tự tả lai. Hữu hợp đại thủy khứ. Nã thủy nội chi sa. Tiên sinh vị chi Hổ nghịch quyển hoặc vị chi hổ hóa.

Nhiên tắc La bàn phương vị. Hà giả cát nhi hà giả hung hồ.

Phàm vị nhân bốc táng, mỗi kiến hàn mặc chi khí, tắc vị chi văn, nhi bất câu kỳ Tốn Tân. Kỳ cổ chi hình, tắc vị chi vũ, nhi bất... hồ Chấn Canh. Thương điệp qũy sinh ư lưỡng bàng, bất Cấn Bính nhi phú ông. Nga my bán nguyệt xuất ư tiền diện, bất tất Đoài Đinh nhi để hậu.

Đại để La kinh chi dụng, dĩ chính kỳ tường. Tạo hóa an bài, bất ngoại hồ sơn tề án chính nhi dĩ.

Vật khả câu chấp Quẻ lệ toàn chuyên La bàn, nhi phản sơn thủy chính tình. Điểm huyệt chung tất sai ngộ hĩ.

Tự dư vị ngộ lão ông chi thời, tiền di tất vi tầm long dị, điểm huyệt nan.

Tự dĩ đắc khai tâm quyết, phương tri điểm huyệt yếu đắc kỳ chính vi đích hĩ.

NGUỒN GỐC - LỊCH SỬ

Xin cho biết sơ qua lịch sử khoa Địa Lý Chính Tông bên Trung Hoa và Việt Nam?

Tổ Địa Lý bên Trung Hoa được tôn thờ là Chu Công sau truyền đến đời Tấn có Quách Cảnh Thuần (Quách Phác). Địa Lý rất thịnh vào đời nhà Đường mà Dương Quân Tùng (Dương Công) là Quốc sư. Nhà Đường có loạn Hoàng Sào cho nên Dương Công chạy xuống Quảng Đông và sau đó truyền cho Tăng Công. Đến cuối đời nhà Minh có Vô Cực Tử Chân Nhân và đầu đời nhà Thanh có Tưởng Đại Hồng (Tưởng Công). Tưởng Công trước khi được Vô Cực Tử Chân Nhân truyền Địa Lý Chính Tông tâm pháp đã phí cả cuộc đời học hỏi các môn phái khác, hơn 30 năm sau đó mới biết là không đúng và khi được Vô Cực Tử chân truyền lại phải mất thêm 10 năm chứng nghiệm. Do đó ngài mới viết "Địa Lý Biện Chính" và "Thiên Nguyên Ngũ Ca" để cảnh tỉnh và khuyến khích cũng như mở đường cho những người đồng cảnh ngộ cố tâm học lấy Chính Tông. Sách tuy có nhưng nếu chưa được Khẩu thụ Tâm truyền thì dù ai có bộ óc thông minh gấp ngàn người cũng không tài nào hiểu được với lý do là các bí quyết không được viết ra rõ ràng mà chỉ để cập sơ qua.

Theo cụ Dương Thái Ban dòng giống Bách Việt xưa kia có một nền văn minh rất cao. Nền văn minh này có thể là nơi phát xuất ra Kinh Dịch vì theo học giả James Legge thì Kinh Dịch có nguồn gốc từ phương Nam. Giống Hán tộc tràn xuống từ phương Bắc đồng hóa hầu hết với dòng giống Bách Việt và tiếp thu nền văn minh này. Cụ còn cho biết nước ta ngày xa xưa có hai tên rất đẹp là Trung Quang và Thanh Quang. Hiện nay sử sách Tàu cũng còn lưu lại các tên Suy Vưu và Xích Quỷ. Thực ra giống Hán là kẻ chiến thắng chế nhạo kẻ chiến bại nên đã dùng đủ mọi cách xóa tên của kẻ có một nền văn hóa cao hơn mình. Suy Vưu là một hình thức viết láu cố tình thay đổi một vài nét mà thành của tên hiệu Trung Quang. Quang đây là ánh sáng. Sau khi bại trận một số lui vào rừng sâu nên đổi tên nước là Thanh Quang. Giống Hán tộc lại một lần nữa chế giễu chúng ta mà viết láu thành Xích Quỷ. Các sách Kỳ Môn Độn Giáp đều có ghi: "Khi Hoàng Đế đánh nhau với rợ Suy Vưu ở gò Trác Lộc thì được Thiên Thần cho Thiên Thư". Sự thực là Hoàng Đế chiếm được Thiên Thư gồm Kinh Dịch, Kỳ Môn Độn Giáp, vv… của nước bại trận Suy Vưu (Trung Quang). Địa lý chánh tông cùng một gốc với Kinh Dịch và Kỳ Môn nên có thể phát xuất từ nền văn minh Bách Việt xa xưa.

Sau đó dòng giống Bách Việt còn sót lại lưu lạc xuống châu thổ sông Hồng. Đời nhà Lý thiền sư Lý Khánh Vân, quốc thúc của vua Đường, theo truyền thuyết có làm ngôi đất "Tường Vân Áp Nguyệt" tại cánh đồng làng Đình Bảng Bắc Ninh. Đây có thể là ngôi đất phát tích của Nhà Lý chứ không phải Lý Thái Tổ là người con không cha được truyền ngôi như giai thoại truyền tụng. Đời Hậu Lê có Tả Ao tiên sinh. Đời vua Lê chúa Trịnh có Tiến sĩ Hoà Chính. Đầu đời Nguyễn Gia

Long có Tiến sĩ Phạm Giác, người đã tòng vong theo vua Lê Chiêu Thống sang Tàu. Thời trước 1975 có các cụ Vũ Huy Hiên và cụ Dương Thái Ban thuộc môn phái Phạm Giác.

Chúng ta thử nhìn qua các chữ Hán:

中光   衰尤

Trung Quang   Suy Vưu

Ta nhận thấy thêm một nét gạch ngang dưới chữ Trung và một nét trên chữ Trùng thì chữ Trung biến ra chữ Suy.

青光   尺鬼

Thanh Quang   Xích Quỷ

Ta nhận thấy chữ Thanh bỏ một nét ngay trên đầu và dời 2 nét ở chữ Nguyệt ra ngoài hai bên thì chữ Thanh thành ra chữ Xích. Còn chữ Quang thì vòng trên đầu một nét thì ra chữ Quỷ.

Bút giả có được cụ Nghiêm Xuân Nam năm nay ngoài 80 tuổi đã cho biết lúc Cụ còn trẻ đi học về nhà cứ đọc Bà Triệu thị Chinh một vị nữ Anh Hùng dân tộc là Triệu Ẩu. Cụ đã bị ông Bác mắng và bảo rằng chỉ có bọn Tàu mới dám gọi lếu láo như vậy. Ông Bác cho biết tên Triệu Ẩu có nghĩa là Bà Triệu vú dài do bọn Tàu đặt để chế nhạo một vị nữ anh hùng dân tộc của Bách Việt.

Hỏi: Xin cho biết Khoa Địa Lý Phong Thủy học có bao nhiêu môn phái và nếu có thì sự khác nhau như thế nào?

Đáp: Từ xưa đến nay Khoa Địa Lý thực ra chỉ có một môn phái thường được gọi là môn phái Chính Tông. Môn phái Chính Tông áp dụng Tam nguyên Cửu vận, Hà đồ, Lạc thư, Huyền Không Quẻ và thường được gọi là môn phái Tam Nguyên Huyền Không. Từ đời nhà

Đường vì có Nhất Hạnh thiền sư được lệnh của Vua nhà Đường soạn ra các sách Địa lý giả mạo để đánh lừa các nước ngoài nên sau đó sinh nhiều môn phái không Chính Tông tạm thời ghi lại như sau:

1. Môn phái Tam hợp dùng Trường Sinh thủy pháp và phân các thế đất ra bốn cục Kim cục, Mộc cục, Thủy cục và Hỏa cục.

2. Môn phái Cửu Tinh dùng Cửu Tinh là Tham Lang thuộc thủy, Cự Môn thuộc Thổ, Lộc Tồn thuộc Mộc, Văn khúc thuộc Mộc, Liêm Trinh thuộc Hỏa, Vũ khúc thuộc Kim, Tả Phụ thuộc Thổ, Hữu Bật thuộc Hỏa. Sau đó áp dụng Ngũ hành sinh khắc luận tốt xấu.

3. Môn phái Dịch Kinh Địa lý học dùng 64 Quẻ dịch phân ra các tiểu Quẻ tùy theo sơ hào, nhị hào, tam hào, tứ hào, ngũ hào, thượng hào. Sau đó dùng cửu vận áp dụng vào các tiểu Quẻ để luận lai long khứ thủy, tọa sơn, triều hướng. Môn phái này cũng thường được gọi Dịch Kinh Tam Nguyên Địa lý học.

ĐỒ HÌNH CỬU TINH VÀ CÁC BIẾN CÁCH

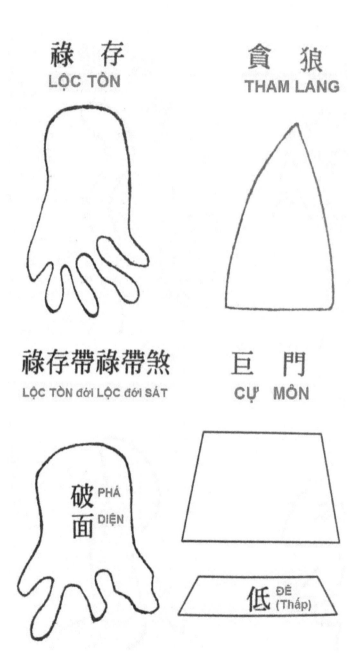

祿 存
LỘC TỒN

貪 狼
THAM LANG

祿存帶祿帶煞
LỘC TỒN đới LỘC đới SÁT

巨 門
CỰ MÔN

破 PHÁ
面 DIỆN

低 ĐÊ
(Thấp)

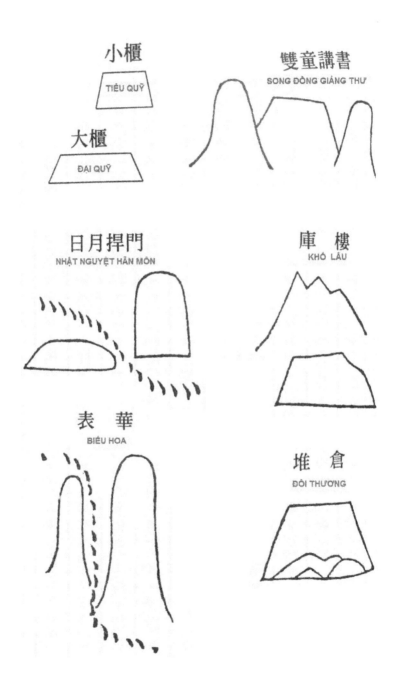

小櫃
TIỂU QUỸ

大櫃
ĐẠI QUỸ

雙童講書
SONG ĐỒNG GIẢNG THƯ

日月捍門
NHẬT NGUYỆT HÃN MÔN

庫樓
KHỐ LÂU

表華
BIỂU HOA

堆倉
ĐỐI THƯƠNG

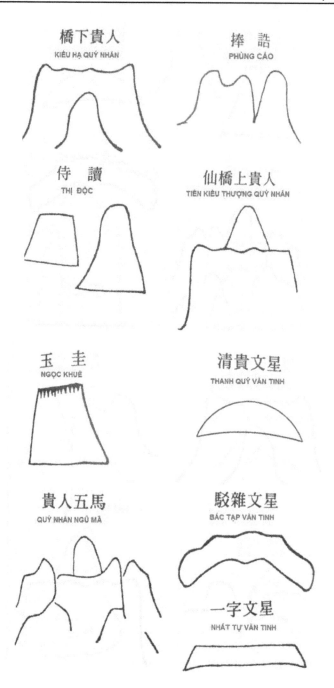

橋下貴人
KIỀU HẠ QUÝ NHÂN

捧誥
PHỦNG CÁO

侍讀
THỊ ĐỘC

仙橋上貴人
TIÊN KIỀU THƯỢNG QUÝ NHÂN

玉圭
NGỌC KHUÊ

清貴文星
THANH QUÝ VĂN TINH

貴人五馬
QUÝ NHÂN NGŨ MÃ

駁雜文星
BÁC TẠP VĂN TINH

一字文星
NHẤT TỰ VĂN TINH

娥眉文星
NGA MI VĂN TINH

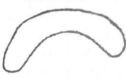

貴　人
QUÝ NHÂN

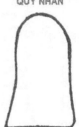

天　馬
THIÊN MÃ

鼓
CỔ (CÁI TRỐNG)

合　旗
HỢP KỲ

福壽文星
PHÚC THỌ VĂN TINH

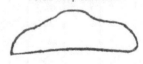

平面巨門
BÌNH DIỆN CỰ MÔN

平面木星
BÌNH DIỆN MỘC TINH

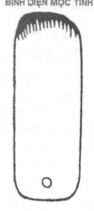

平面祿存
BÌNH DIỆN LỘC TỒN

平面曲尺木
BÌNH DIỆN KHÚC XÍCH MỘC

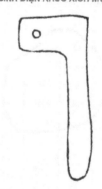

平面破軍
BÌNH DIỆN PHÁ QUÂN

平面火星
BÌNH DIỆN HỎA TINH

平面左輔
BÌNH DIỆN TẢ PHỤ

平面武曲
BÌNH DIỆN VŨ KHÚC

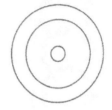

左輔帶武曲
TẢ PHỤ ĐỚI VŨ KHÚC

左　輔
TẢ PHỤ

廉貞帶左輔
LIÊM TRINH ĐỚI TẢ PHỤ

左　輔
TẢ PHỤ

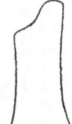

廉 貞
LIÊM TRINH

文 曲
VĂN KHÚC

火 星
HỎA TINH

文 曲
VĂN KHÚC

廉貞帶破軍

LIÊM TRINH ĐỚI PHÁ QUÂN

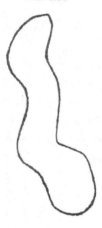

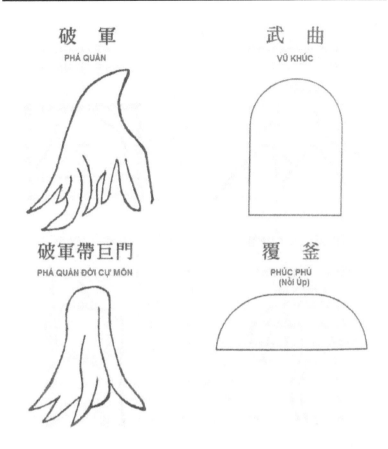

破 軍
PHÁ QUÂN

武 曲
VŨ KHÚC

破軍帶巨門
PHÁ QUÂN ĐỚI CỰ MÔN

覆 釜
PHÚC PHỦ
(NỒI ÚP)

Hỏi: Quách Cảnh thuần Thượng thư đời nhà Tấn sau khi đắc Thanh Nang chân quyết đã sáng tác "Táng Kinh". Các Chân sư có để ý đến quyển sách này không?

Đáp: "Táng Kinh" có một câu nói thường được các Chân sư nhắc nhở là "Táng nơi có Sinh khí". Các Chân sư cũng thường nói "Tuy là chôn ở Đất nhưng thực ra táng theo Trời". Như vậy tức là ám chỉ Đất là hình thể Loan Đầu và Trời là lý khí hay Tam nguyên Cửu vận.

Hỏi: Quyển "Bình Sa Ngọc Xích" có phải là Chân thư không?

Đáp: Bình Sa Ngọc Xích luận thủy pháp theo Trường Sinh Tam hợp Mộ Khố Tá Khố. Hơn nữa Chân sư Tưởng Đại Hồng đã cho rằng Bình Sa Ngọc Xích là ngụy thư. Do đó chắc chắn sách này do người sau mạo danh sáng tác tuy có đề tên Đại Sư Lưu Bỉnh Trung đời nhà Nguyên soạn và Đại Sư Lưu bá Ôn đời nhà Minh chú thích.

Hỏi: Cao Biền khi sang làm Đô hộ sứ nước ta thường có cưỡi diều giấy đi xem xét các thế đất sau đó có trước tác "An Nam Cửu Long Kinh" còn gọi là "Cao Biền Tấu Thư Kiểu Tự". Xin cho biết nội dung quyển sách này?

Đáp: Cao Biền trước tác "An Nam Cửu Long Kinh" trong đó phân Địa lý nước ta thời đó làm 3 Chi long. Mỗi Chi kết 9 đại huyệt cho nên lấy tên là "Cửu long kinh". Ba Chi 27 huyệt là những huyệt lớn, Cao Biền đã dùng mọi phương pháp che giấu hay đào phá đi các huyệt này. Mỗi đại huyệt đều có một bài thơ 5 chữ bàn về cách kết phát. Ngoài ra còn có hàng ngàn huyệt nhỏ với những bài thơ 4 chữ nói đại cương về hình thế và sự kết phát theo Công Hầu Khanh Tướng như thế nào.

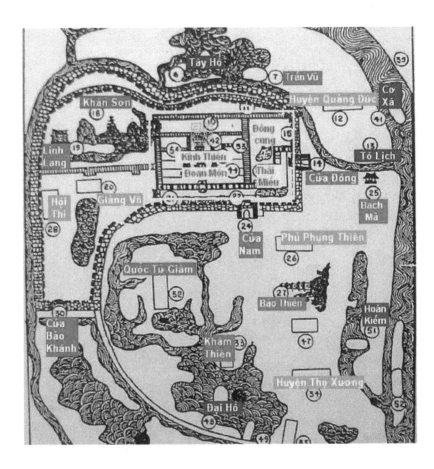

(Bản đồ Thành Thăng Long cổ)

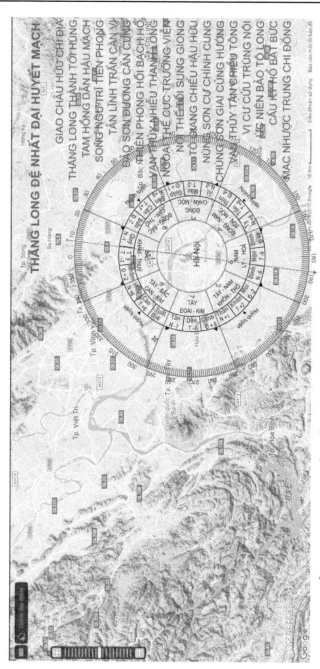

(Bản đồ địa hình thế đất thành Thăng Long – Hà Nội hiện nay)

Hỏi: Cụ Tả Ao vào Thế Kỷ 15 được người đời tôn là Thánh Địa lý có lưu lại sách vở nói gì về phương pháp Chính Tông không?

Đáp: Cụ Tả Ao có viết sách "Tả Ao Huyền Cơ Mật Giáo" gồm 2 quyển, quyển đầu bàn về hình thể Long, Sa, Thủy, Huyệt. Quyển thứ hai nói về Lý Khí nhưng nói chung cũng căn cứ theo yếu tố Tỉnh theo Tam Hợp Cục.

Tả Ao Tiên sinh

<u>Hỏi</u>: Cụ Hòa Chính được Chúa Trịnh Sâm chu cấp Sư Lễ 300 lạng vàng sang Trung Hoa học Địa Lý. Xin cho biết cụ có viết sách nói gì về phương pháp Chính Tông không?

<u>Đáp</u>: Cụ Hòa Chính có để lại cho hậu thế hai bộ sách. Một là "Hòa Chính Địa lý", hai là "Lưu Xá Hòa Chính bí truyền địa pháp" gồm hơn 100 đồ hình các thế đất kết phát. Trong hai bộ này cụ chỉ đề cập đến phương pháp "Tiểu huyền không" và "Tiểu huyền không" cũng là một phương pháp căn cứ vào yếu tố tĩnh.

<u>Hỏi</u>: Cụ Trạng Trình Nguyễn Bỉnh Khiêm có để lại cho hậu thế một bài viết tựa đề "Bạch Vân Am Địa Lý Chính Truyền". Xin cho biết nội dung tài liệu này?

<u>Đáp</u>: Trong tài liệu này cụ Trạng ghi lại cuộc gặp gỡ giữa mình và hậu nhân của cụ Tả Ao. Cụ Trạng đã được cao nhân này truyền lại phép điểm huyệt và Cụ công nhận phép điểm huyệt này đã giúp Cụ điểm huyệt một cách dễ dàng hơn trước.

<u>Hỏi</u>: Nhà Bác học Lê Quý Đôn rất say mê Phong Thủy. Xin cho biết ông có để lại cho hậu học sách vở gì không?

<u>Đáp</u>: Học giả Lê Quý Đôn vốn là một nhà nghiên cứu Địa lý. Ông đã từng được Chúa Trịnh Sâm phái đi xem đất ở Thanh Hóa và Tây Hồ [1]. Theo Đăng Khoa Lục Sưu Giảng thì Lê Quý Đôn có làm sách "Địa lý Tinh Ngôn". Ngoài ra ông còn làm sách "Địa lý Tuyển Yếu" và "Đại Việt Địa Lý Chư Gia Kiểm Ký Bí Lục" [2]

---

[1] Xem Nam Phong Tạp Chí XXV, 1929 (phần chữ Hán)
[2] Tạp chí Văn Học số 6, 1976

Hỏi: Quân sư của Vua Quang Trung là La Sơn Phu Tử Nguyễn Thiếp cũng là một nhà nghiên cứu Địa lý. Cụ có lưu truyền lại sách vở gì không?

Đáp: Theo giáo sư Hoàng Xuân Hãn trong quyển "La Sơn Phu Tử" cụ Nguyễn Thiếp có nghiên cứu Địa lý nhưng sau khi an táng mồ mả đã không được như ý. Có lẽ vì thế mà không có sách lưu truyền lại.

Hỏi: Tương truyền Cụ Hòa Chính tiến sĩ dưới triều vua Lê chúa Trịnh được chúa Trịnh Sâm cấp 300 lạng vàng sang Tàu bái yết Cao Kỵ, thầy Địa lý Chánh Tông thuộc dòng dõi Cao Biền, mong học lấy phép Chính Tông. Nhưng Cao Kỵ đã trả lời "Nước Nam các ông đã có Cụ Tả Ao học được Chính truyền rồi vậy nếu muốn tôi chỉ dạy thêm về cách Thôi quan". Xin cho biết ý kiến về câu chuyện này.

Đáp: Vì lẽ táng được mả phát Đế Vương tức là có ý định mong cướp ngôi Vua nên Địa lý trong thời phong kiến luôn luôn là bí mật quốc phòng. Do đó, trong hoàn cảnh xã hội phong kiến xưa truyện truyền thụ Địa lý Chánh Tông cho cụ Tả Ao là ngoại nhân hoàn toàn không thể nào có được. Vì luật lệ rất gắt gao ai vi phạm sẽ bị giết cả ba họ. Cao Kỵ nói thế để lấy cớ thoái thác mà thôi và cụ Hòa Chính cũng biết cụ Tả Ao chưa học được nên mới phải lặn lội sưu tầm cả trăm thế đất đã kết phát đem sang làm mẫu để học hỏi. Nhưng cuối cùng Cụ chỉ học được phép Tiểu huyền không như đã ghi lại trong sách "Hòa Chính bí truyền địa pháp" và "Hòa Chính Địa Lý". Đời vua Lê Chiêu Thống tòng vong sang Tàu Tiến sĩ Phạm Giác cũng cố công tìm tòi học hỏi và có truyền lại sách "Bích Ngọc cầu chân".

Nói chung Địa lý chân truyền xưa kia được các vua chúa Trung Hoa coi là Quốc Bảo nên đã ngăn cấm không truyền mà còn cố tình viết ra các sách giả mạo gây khốn đốn cho chính con cháu họ mãi đến ngày nay.

Hỏi: Xin cho biết hơn 20 bộ sách Địa Lý được tàng trữ tại Viễn Đông Bác Cổ có bộ nào nói về phương pháp Chính Tông không?

Đáp: Tất cả các sách tồn trữ tại đây chỉ quanh quẩn trong các Trường Sinh Thủy Pháp, Bát Sát Hoàng Tuyền không phù hợp với nguyên tắc Động của môn phái Chính Tông.

Hỏi: Bộ "Thiên Cơ hội nguyên" xin cho biết nội dung như thế nào?

Đáp: Tên sách hai chữ *hội nguyên* đủ nói lên nội dung của sách. Đây là một bộ sách tập hợp tất cả các sách Địa lý về hình thể bao gồm ít ra cũng 20 bộ của các tác giả khác nhau.

Hỏi: Bộ "Ngọc Tủy chân kinh" xin cho biết nội dung như thế nào?

Đáp: Đây cũng là một bộ sách về hình thể kèm thêm hình vẽ các thế đất của các đại gia bên Trung Quốc.

Hỏi: Các bộ sách trên đều bằng Hán tự. Xin cho biết một số sách bằng tiếng Việt.

Đáp: Các sách Việt về Địa lý gồm có các sách như Địa Lý Tả Ao, Địa lý gia truyền của Ông Cao Trung, Danh từ Phong Thủy GS Hà Mai Phương, Bảo Ngọc thư toàn bộ của Việt Hải tiên sinh, Hồng Vũ Cấm thư của Nguyễn Văn Minh. Và bây giờ có thêm các sách dịch về môn phái Tam Nguyên Huyền Không như "Thẩm Thị Huyền Không học " nhưng xét cho cùng cũng chưa phải là Chân Truyền thực học.

THỰC HIỆN ĐỊA LÝ
ÂM PHẦN MỒ MẢ

Hỏi: Xin cho biết Địa lý mồ mả khi nào nên thực hiện?

Đáp: Nước ta vốn là một nước có hơn 4000 năm văn hóa nên truyền thống Địa lý "Sống có Nhà Thác có Mồ", đã ăn sâu vào tâm khảm số đông mọi người chúng ta. Ông bà Cha mẹ thường nhắc nhở cho nhau "Cha mẹ hiền lành để đức cho con". Các Cụ quan niệm cuộc sống của mình không phải là chấm dứt khi thân thể trở về với cát bụi, trái lại cuộc sống sau đó sẽ thể hiện qua hình hài và trí óc của thế hệ các con các cháu. Cho nên người ta thường bảo "Con hơn cha là nhà có Phúc". Ước vọng hay kỳ vọng con cháu nối dõi tổ tông và phát triển hơn lên cho vẻ vang gia tộc điều này ít khi được phô bày nhưng lại là nguyện vọng chung của mọi người. Các Cụ cũng còn nhắc nhở "Vạn sự Hiếu vi tiên" hay chữ Hiếu đứng đầu trăm sự. Ông bà cha mẹ lúc sống noi gương tiên tổ giữ vững nền nếp gia phong, dạy dỗ con cháu gìn giữ Đạo Thánh Hiền. Lúc qui ẩn tổ tiên lương tâm không thẹn với chính mình và với sự chứng giám của trời đất, các Cụ cũng có khi tự mình lo liệu lấy một ngôi đất kết hầu giúp sức cho con cháu đạt được hoài bão làm vinh dự cho dòng họ.

Cũng có khi các Cụ vì hoàn cảnh không cho phép đành phải dặn dò con cháu lo việc hậu sự cho mình. Nói chung truyền thống Địa lý mồ mả tiếp Phúc luôn luôn đóng một vai trò quan trọng trong cuộc sống dân tộc ta. Ngoài ra các ngôi đất kết cũng không phải sẽ phát Phúc luôn luôn và mãi mãi cho con cháu. Cho nên có những trường hợp cuộc đất suy tàn thì sinh ra con cháu không bằng cha mẹ, hoặc trong gia tộc có những sự chẳng lành xảy ra do một ngôi mả vừa được chôn độ vài năm mà yếu tố Phong Thủy không được chọn lựa cân nhắc cẩn thận.

Có những ngôi đất đa đinh hưng vượng chỉ được một đời và lại có những ngôi đất đa đinh hưng vượng nhiều đời. Cho nên thực hiện Địa lý cũng tùy khi tùy lúc, nhưng nếu may cơ duyên đưa đến mà thực hiện được thì còn gì quý hóa cho bằng. Các Cụ thường bảo "Hơn nhau vì mồ vì mả, chứ không hơn vì cả bát cơm". Nhưng chúng ta phải luôn lấy câu "Tiên tích Đức hậu tầm Long" hay Ông bà Cha mẹ ăn ở hiền lành để tạo thiện duyên cho con cháu được hưởng hồng Phúc của những ngôi đất kết.

Địa lý Phong Thủy mồ mả kết phát chứng tỏ cho chúng ta thấy sự hài hoà giữa Trời Đất và Người. Nhiều người thành công hay thất bại đều cho rằng tại mình cả nhưng có biết đâu chính mình bị chi phối bởi Phong Thủy đến hai phần. Người xưa có câu "Mưu sự tại nhân thành sự tại Thiên", nên trong chúng ta ít ai có thể phủ nhận giá trị của yếu tố "Địa lý linh sinh nhân kiệt" vẫn hằng chi phối con người nhỏ bé của chúng ta trong vũ trụ bao la và luôn luôn chuyển biến không ngừng.

Hỏi: Trước khi muốn nhờ thầy tìm cho một ngôi đất kết làm sao gia chủ biết được công việc này có thuận buồm xuôi gió hay không.

Đáp: Người xưa có câu "Biết mình biết người trăm trận trăm thắng". Đầu tiên gia chủ phải có lòng tin vào Phong Thủy - Địa linh sinh nhân kiệt – mà cố tâm tìm cho được một Minh Sư. Gia chủ cũng nên có một số

PHONG THỦY NHÀN ĐÀM – TUỆ HẢI

kiến thức tổng quát về khoa Phong Thủy và đến thăm các Thầy khác nhau để tìm Thầy thích hợp với mình. Nếu cần gia chủ cũng không nên ngại mời các Thầy đi xem các ngôi mả cũ mà mình đã biết chắc tốt xấu như thế nào để xem các Thầy lý đoán ra sao. Nên nhớ các Thầy Địa lý thuộc rất nhiều môn phái khác nhau. Có Thầy dùng tử vi đẩu số để đoán cát hung, có Thầy gieo quẻ dịch, … Nhưng Thầy Chính Tông chỉ nhìn qua hình thể ngôi đất và yếu tố thời gian phối hợp với tình trạng gia chủ mà lý đoán.

Bên cạnh đó gia chủ cũng phải liệu sức mà cầu một ngôi đất thích hợp với hoàn cảnh của mình. Chớ nên mơ ước những đất to như Đế Vương đại địa. Cụ Tả Ao cũng để ý đến vấn đề này.

"Ngôi Đế Vương trời cho chẳng giám
Huyệt công khanh không hám ai cho".

Nói tóm lại thực hiện Địa lý chẳng qua là kết tinh trong một quá trình lâu dài tích lũy điều lành việc thiện qua bao thế hệ của một gia tộc. Ông cha ta cũng thường nói "Tiên tích Đức hậu tầm long". Cho nên những gia đình Đức mỏng, tất nhiên phải cẩn thận khi dùng Địa lý Phong Thủy.

Hỏi: Làm thế nào mà mồ mả lại được có ảnh hưởng tốt hay kết phát được?

Đáp: Mồ mả có được ảnh hưởng tốt là thâu thập được ảnh hưởng tốt của núi non và các ao, hồ, dòng nước chung quanh huyệt. Trong Địa lý Sơn chủ về người, Thủy chủ về tài lộc.

Trong môn phái Chính Tông các Chân Sư có phép tính được các ảnh hưởng nếu có và thường phân ra 5 loại sau đây:

1. Phát sinh về đường con cái là phát đinh.
2. Phát sinh về đường tài lộc là phát tài.
3. Kết phát về đường khoa cử là phát khoa.
4. Kết phát về đường nghề nghiệp là phát quan.
5. Sự kết phát bao gồm một, hai hay tất cả các ảnh hưởng trên.

Hỏi: Núi non sông hồ sơn thủy làm sao biết được có ảnh hưởng tốt xấu?

Đáp: Địa lý thường chia ra làm 2 phần là Thể và Dụng. Thể là hình thể núi non, sông hồ. Dụng là lý khí hay cách tính toán sự tốt xấu của thế đất. Trước tiên hình thể phải thành tinh thể và đối với huyệt có tình ý. Ví dụ như Long hổ phải chầu vào huyệt. Thủy vòng vèo ôm vào cuộc đất kết hay lượn qua lượn lại rồi mới chảy đi nơi khác. Sau khi biết được Sơn và Thủy có ảnh hưởng các chân sư dùng yếu tố thời gian để xét xem khi nào các ảnh hưởng tốt này dùng được. Như thế, dùng đúng thời đúng lúc là tốt dùng không đúng thời đúng lúc là xấu.

Ảnh sưu tầm: MỘ phần nhà Lý Quang Diệu

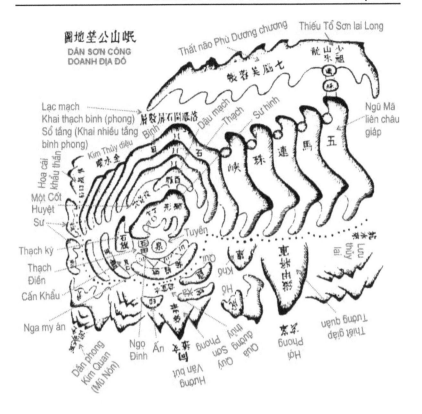

Cuộc đất này tại Triều Quận, huyện Trừng Hải, cách Thành Bắc Kinh trên 10 dặm. Nghe nói huyệt này đã được táng vào năm Tân Hợi, tháng 11, ngày 19 giờ Hợi. Long đến từ Càn Hợi khởi tổ, Tân Dậu nhập thủ, Khôn Thân thừa khí. Lập Đinh sơn kiêm Ngọ, Bính Ngọ phân kim, trong tọa Liễu 9 độ, ngoài tọa Liễu 10 độ, phối hợp nội thủy khẩu xuất Sửu, trung thủy khẩu xuất Cấn, tổng thủy khẩu xuất Thìn.

Đất này Phong Thủy Loan đầu rất đẹp nhưng vì Táng không hợp Thời hợp Vận cho Lai Long Khứ Thủy nên không những không phát Phúc mà còn mang lại tai họa cho Gia tộc.

Hỏi: Con người sau khi chết đã mất hết cảm giác. Làm sao khi táng được Phong Thủy tốt lại có ảnh hưởng tốt đến con cháu?

Đáp: Người ta lúc sinh ra được thừa hưởng trực tiếp tinh huyết của cha mẹ và thừa hưởng gián tiếp tinh huyết của Ông bà. Hiện nay khoa y học đã chứng minh điều đó qua "Genetic study" là một gia tộc thường có chung một hệ số tinh huyết. Cổ nhân có câu: "Đồng thanh tương ứng, Đồng khí tương cầu". Do đó Ông bà, Cha mẹ, Con cháu có cùng một hệ số tinh huyết và cảm ứng. Khi mồ mả có ảnh hưởng thì chỉ ảnh hưởng đến con cháu có chung cùng một hệ số cảm ứng.

Hỏi: Ảnh hưởng của Âm trạch và Dương trạch mạnh yếu như thế nào?

Đáp: Âm trạch là gốc. Dương trạch là ngọn. Thông thường Âm trạch chiếm 7, 8 phần Dương trạch chiếm 2, 3 phần. Trong trường hợp ngôi Dương Cơ mà có huyệt kết thu được cả long lẫn thủy thì tỷ số này không tính.

Hỏi: Xin có biết sơ qua diễn biến của một cuộc thực hiện Địa lý?

Đáp: Nói chung nếu được sự giúp đỡ của Chân Sư và phúc đức của gia chủ thì công việc tiến hành mau lẹ qua hai giai đoạn. Chọn huyệt và chọn ngày, giờ an táng. Chọn huyệt có khi gặp ngay có khi phải tìm mãi mới chọn được huyệt đúng như ý gia chủ muốn phát Đinh, phát Tài hay phát Khoa Giáp. Chọn ngày giờ nhiều khi có thể dùng ngày giờ trong năm nay. Đôi lúc phải đợi đến sang năm.

Nhân đây cũng xin nhắc lại sự thực hiện Địa lý ở xã hội ta xưa. Khi tìm được Minh sư các Cụ thường lưu tới thăm hỏi và cũng là dịp Chân sư tìm hiểu hoàn cảnh gia chủ. Truyền thống "Tôn sư trọng đạo" luôn luôn là kim chỉ nam của các Cụ. Về phần các Chân sư với tôn chỉ "Thế thiên hành đạo" cũng muốn tìm đến các gia tộc có đầy đủ phúc duyên để thụ hưởng được các ngôi đất lớn. Vì các Chân sư trong thâm tâm luôn mong mỏi có người thông minh xuất chúng để phụng sự xã hội.

Thông thường các Cụ phải ra công mời Thầy đến làng mình và trọng đãi Thầy như một bậc thượng khách. Các cụ phải lo liệu tươm tất nơi ăn chốn ở và sửa soạn thật chu đáo cho Thầy đi xem Phong Thủy một cách thoải mái. Chẳng hạn Thầy được ngồi kiệu hay võng chứ không đi bộ như mọi người. Người ta thường tôn các Chân sư là Địa tiên vì có khả năng cướp quyền Tạo Hóa ban phúc lộc cho mọi người. Thời gian Thầy lưu lại có khi phải mất nhiều năm mới chu toàn được một ngôi đất vừa ý.

Về Sư lễ để bù đắp công lao cho Thầy các chân sư tùy theo hoàn cảnh gia chủ và ảnh hưởng các ngôi đất kết về phương diện nào chứ không nhất định. Chẳng hạn hoàn cảnh khác nhau giữa gia đình thanh bạch muốn cầu ngôi đất phát Khoa Giáp và gia đình rất giàu có nhưng lại hiếm hoi nay muốn cầu ngôi đất phát Đinh.

Theo Tác giả được biết một Chân sư trong môn phái là Đường Công, đệ tử đời thứ 12 trong môn phái Tưởng Công, đã giúp nhiều ngôi đất cho một gia tộc trong 40 năm qua từ lúc bình thường cho đến khi khá giả. Năm 1994 họ đã không ngần ngại đáp sự lễ 100 lạng vàng cho một ngôi đất vừa an táng. Nói chung nguyên tắc giao tiếp giữa Thầy va các gia chủ đặt căn bản trên chữ Tâm và sự Thành Tâm là điều cốt yếu. Còn chuyện thực hiện Địa lý thì trong thời đại nào cũng rất công phu. Vì thế các Cụ luôn luôn nhắc nhở con cháu

"Hơn nhau vì mồ mã, chứ không hơn vì cả bát cơm", để con cháu luôn luôn ghi nhớ lưu tâm mà cố gắng thực hiện.

Hỏi: Người ta thường nói: "Làm thầy thuốc mà lầm thì hại một người, chứ làm thầy Địa lý mà lầm thì hại cả một gia tộc". Xin cho biết ý kiến này đúng hay sai?

Đáp: Trong Địa lý Chánh Tông các Chân sư rất cẩn thận về các ngôi đất có thể gây ra cảnh tuyệt tự cho thân chủ. Gặp các ngôi đất này thì dù đại phúc, phát khoa giáp liên miên cũng phải tránh trong vận này không dùng mà phải chờ đến các vận sau để tỵ sát nghinh Sinh. Các môn phái khác nhau hoặc các học giả nghiên cứu cứ cho là chỗ nào sơn thanh thủy tú, có long có hổ, có án, có kết huyệt là tốt mà dùng, không biết cách nào để tính Vượng Suy Sinh khí Tử khí lúc nào có lúc nào không. Cho nên có lúc gây hại cho cả một dòng họ mà không biết chính mình đã gây ra.

Hỏi: Làm cách nào để phân biệt Chân sư và những nhà học giả nghiên cứu hoặc những thầy Địa lý Tam Hợp?

Đáp: Hiện nay hầu như tất cả các thầy Địa lý đều thuộc môn phái Tam Hợp, cho nên thật khó mà có dịp so sánh phân biệt. Hy vọng trong 10 năm tới có một số nhà nghiên cứu đọc được chữ Hán sẽ có dịp so sánh các sách Địa lý nhận ra đâu là phương pháp đúng mà tìm thầy Chính Tông theo học. Tác giả hy vọng Địa lý Chính Tông sau 300 năm mai một bên Tàu và hơn 1000 năm mai một ở Việt Nam sẽ có dịp khởi sắc.

Hỏi: Tại sao các Chân Sư thuộc môn phái Tam Nguyên rất ít mà trái lại các thầy Địa lý Tam hợp lại rất nhiều?

Đáp: Con người thường thích làm cái gì dễ và ít khi thích làm những gì khó khăn. Những sách của môn phái Chánh Tông chỉ đọc để lấy một khái niệm chứ không thể nào hiểu được. Nếu muốn Tầm Sư Học Đạo thì chung quanh mình toàn là các thầy Tam hợp. Lúc may mắn gặp được Chân Sư thì lại phải thụ giới và chiếu biện sư lễ (học phí) cũng làm cho nhiều người ngán ngẩm mà bỏ cuộc. Trái lại các sách vở thuộc môn phái Tam hợp rất rõ ràng minh bạch đọc xong là hiểu ngay. Các thầy lại nhiều sẵn sàng truyền thụ.

Hỏi: Xin cho biết lý khí Chánh Tông có dùng đến các nguyên tắc Trường sinh thủy pháp – Hoàng Tuyền Bát Sát không ?

Đáp: Các phương pháp này trong môn phái Chính Tông hoàn toàn không dùng đến. Vì rằng các phương pháp này đều căn cứ vào yếu tố Tĩnh, mà lý khí Chánh Tông như đã nói ở phần trên lại căn cứ vào yếu tố Động. Các Chân sư thường nhắc nhở "Cái Động là sinh dùng được, cái Tĩnh là chết chớ dùng"

Hỏi: Môn phái Chính Tông có áp dụng "Bát trạch minh cảnh" Thiên y, Phúc đức, Họa hại để xem nhà cửa không?

Đáp: Các Chân sư tuyệt đối không sử dụng "Bát trạch minh cảnh" vì các nguyên tắc này căn cứ vào yếu tố Tĩnh. Sách này được Nhất Hạnh thiền sư viết ra theo lệnh của vua nhà Đường với mục đích đánh lừa người ngoại quốc.

Hỏi: Huyệt kết được thời được vận sinh ra người thông minh tuấn tú ai cũng hiểu được. Xin hỏi những người đã sinh ra rồi có được ảnh hưởng đến không?

Đáp: Như trên đã trình bày đã cùng một hệ số tinh huyết và cảm ứng thì sẽ nhận được ảnh hưởng nhưng tất nhiên sẽ kém hơn.

Hỏi: Trong gia tộc và gia đình có ngành trưởng ngành thứ con trưởng con thứ như vậy ảnh hưởng có đều không?

Đáp: Ảnh hưởng đều hay không đều còn tùy vào thế đất và Huyền không Lý khí phối hợp cùng sơn thanh thủy tú.

Hỏi: Xin cho biết đại cương về thời gian kết phát dài ngắn như thế nào?

Đáp: Đất kết phải tùy theo nguyên vận. Tam nguyên 180 năm 9 vận mỗi vận 20 năm. Có những đất cứu bần Sinh khí Vượng khí không được thì phải dùng phép bổ cứu nên chỉ phát độ 20 năm. Có những huyệt hấp thụ được cả long và thủy, hợp thời hợp vận nên thời gian kết phát nhiều khi kéo dài đến hết thời gian của tam nguyên.

Hỏi: Có đất phát nhanh có đất phát chậm xin cho biết tại sao?

Đáp: Thế đất mà long nhiều Sinh khí núi non nhấp nhô thủy vòng vèo uốn khúc thì phát nhanh. Trái lại như trên thì phát chậm. Ngoài ra còn phải phối hợp với Lý Khí để suy đoán đắc thời đắc vận thì phát ngay. Ví dụ như hiện tại thuộc Bát vận Vượng khí nếu thâu được

Vượng khí thì phát ngay trong vận này. Còn phát chậm là không thâu được Vượng khí mà chỉ thâu được Sinh khí của vận sau.

Hỏi: Truyền thống đất cát tổ tiên chúng ta vẫn hằng lưu tâm. Nhưng nay nơi xứ lạ quê người ai ai cũng phải vào nghĩa địa công cộng. Làm sao duy trì truyền thống cao đẹp này?

Đáp: Tổng quát thì chân long chính huyệt vẫn có ảnh hưởng mạnh. Nếu không có huyệt mà hình thể chung quanh có sơn thủy hữu tình, lập hướng tránh được sát khí. Sơn thủy chung quanh hợp thời hợp vận thì ảnh hưởng vẫn có nhưng không bền. Trái lại chung quanh có sơn thủy mà táng không đúng phép vẫn bị ảnh hưởng xấu một thời gian ngắn dài 20 năm trở lại.

Hỏi: Phong Thủy có thể giúp về đường học vấn không?

Đáp: Phong Thủy đặt căn bản trên phát đinh phát tài. Ngoài ra cũng chú ý đến học vấn. Sơn hướng Sa thủy mà gặp văn tinh tụ hội hợp thời hợp vận đều có thể phát về đường học vấn. Cho nên các Chân Sư thường nói "Kiền sơn Kiền Hướng Thủy lưu Kiền, Kiền phong xuất Trạng Nguyên".

NGÔI ĐẤT CỔ AM
PHÁT TRẠNG TRÌNH NGUYỄN BỈNH KHIÊM

Cổ Am xã hữu nhất cục...... Tân long Canh hướng, hệ tả tuyền, Tị Dậu Sửu, thử cục thủy phóng mộc dục, diệc hợp nhiên sinh thủy bất đáo đường, chỉ đắc Canh Dậu thủy bất hợp pháp, nghi dụng Canh hướng, Dậu thủy lai vi sinh nhập, phóng Bính vi sinh nhập, pháp dụng huyền không, thần công mạc trắc, hướng mạch nhập cước nước nhập hoài, vật luận lai khứ, Nguyễn thị thiên thứ cục, phát Trình quốc Công Nguyễn Bỉnh Khiêm, trạng nguyên sỹ chí thượng thư, kỳ thông minh á thánh chi tài, niên ngũ thập trúng tiến sỹ, thọ cửu thập dư tuế./.

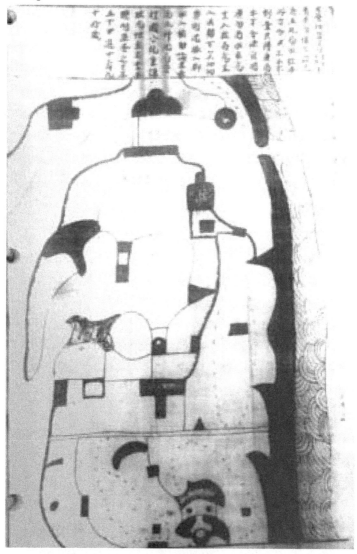

(Nguồn: Lưu xá Hòa Chính bí truyền địa pháp)

Hỏi: Khi nào phải dùng đến đất phát đinh?

Đáp: Đất phát về đường con cái hay phát đinh là căn bản của đời sống con người. Người ta thường nói "con cái là gốc và tiền tài là ngọn". Nhiều gia đình con trai rất đông nhưng đến đời sau lại không có cháu trai nối dõi. Trong trường hợp này thì đất phát đinh phải được trọng dụng. Tuy nhiên gia đình chủ nhân phải ý thức càng sớm càng tốt mới mong cứu vãn được. Nếu không biết để lâu quá xương cốt đã bị mục nát hoặc bị chôn vào tử khí hay sát khí thì khi mà cải táng để đặt lại làm cho có ảnh hưởng tốt thật không phải dễ. Ví dụ tác giả được người bạn học mời đến khám xét các ngôi mộ trong gia đình để xem tại sao rất đông con trai mà lại bị chết trong chiến tranh tự tử, nay đến đời cháu thì lại hiếm. Anh em người thì chỉ sinh con gái, người thì chỉ sinh được một đứa con trai èo uột. Người thì có vợ lâu năm mà không có con, vv… Tác giả đã tìm ra manh mối của sự tai hại trên là do ngôi mộ Ông nội của người bạn học táng cách đây gần 50 năm bị chôn vào tử huyệt sát khí cho nên phát sinh ảnh hưởng xấu đến con cháu.

Hỏi: Khi nào phải dùng đến đất phát tài?

Đáp: Đất phát về đường tài lộc cũng không kém phần quan trọng. Nhiều gia đình tuy con cái đông nhưng suốt đời lận đận về kế sinh nhai nên không tiến triển về các địa hạt khác như nghiên cứu, nghệ thuật, … Nay mong muốn an táng hài cốt Tổ tiên vào nơi cát địa hầu mong cho con cháu đời sau giàu có để có cơ hội phát triển được các tài năng. Đất phát tài đều không cần một cách gấp nhưng nhiều khi lại là một mối lo triền miên cho các gia tộc.

Tác giả đã gặp một số gia đình chỉ mong trong 50-60 năm qua được một ngôi phát về tài lộc nhưng đã không đạt được điều mình mong muốn. Các nhà nghiên cứu khi làm Địa lý cũng biết nguyên tắc tổng quát là "Sơn chủ về Đinh và Thủy chủ tài lộc" nhưng lại không biết cách tính khi nào lúc nào thì các ảnh hưởng này mới phát ra. Cho nên Địa lý nói thì dễ mà làm rất khó. Lý do cũng chỉ vì những người Học giả nghiên cứu thì nhiều nhưng Chân Sư lại không có mấy người.

Hỏi: Khi nào thì dùng đến đất phát Khoa Giáp?

Đáp: Một số gia đình sau khi con cái đầy đàn tiền tài không thiếu thì ước mong của họ là phát triển về bộ óc thông minh chứng tỏ qua sự đỗ đạt vì đó cũng là một vinh hạnh cho Gia đình hay cả một Gia tộc. Nói chung các ngôi đất phát đinh phát tài phát khoa giáp đều có sẵn không thiếu nhưng tìm gặp phải nhờ vào phúc đức của thân chủ và có sự hỗ trợ của các Chân sư.

Hỏi: Khi nào thì dùng đất phát "Thôi quan" ?

Đáp: Có nhiều gia tộc học hành đỗ đạt thì nhiều nhưng đường quan hoạn lại lận đận không được như ý. Trong trường hợp này họ lại mưu cầu thế đất "Thôi quan" giúp cho đường tiến trên quan trường được mau đề đạt.

Hỏi: Có những gia tộc ông bà cha mẹ đều thành công trái lại con cháu không được bằng cha mẹ. Xin cho biết quan điểm của Địa lý như thế nào?

Đáp: Lẽ Thịnh Suy Bĩ Thái là chuyện đương nhiên. Ông bà cha mẹ được hưởng phúc là lúc mồ mả thịnh phát. Con cháu kém cỏi là lúc mồ mả bắt đầu suy tàn.

Hỏi: Có những gia tộc con cháu đời đời nối nghiệp tổ tông, luôn luôn gặp may. Xin cho biết tại sao như vậy?

Đáp: Trong trường hợp này gia tộc này không những chỉ có một ngôi mả kết phát mà còn được thêm nhiều ngôi qua các thời kỳ khác nhau. Ngôi mả này hết phúc thì lại được ngôi mả khác tiếp phúc. Tuy nhiên nếu không phải là những gia đình làm điều lành việc thiện và để tâm đến Địa Lý thì khó lòng thực hiện được.

(Mộ tổ họ Đàm Thận)

(Khu Mộ Tổ nhà Trần)

Hỏi: Có người tiền của không thiếu trái lại đường con cái hiếm hoi lúc nào cũng sợ cái họa tuyệt tự. Trái lại có người con cái đầy đàn mà tiền của luôn túng thiếu. Xin cho biết tại sao?

Đáp: Sơn thủy chủ họa phúc. Sơn thụ Sinh khí sinh con tuấn tú đa đinh. Sơn thụ Sát khí tổn đinh tuyệt tự. Thủy đắc Sinh khí phát tài. Thủy ngộ Sát khí hao tài túng thiếu. Sinh sát phải tùy thời chớ không phải căn cứ vào hình thể tốt xấu.

Hỏi: Xin cho biết Động mả như thế nào?

Đáp: Khi ảnh hưởng xấu của một ngôi mả xảy đến liên miên cho những người trong gia tộc như hết tai nạn này đến tai nạn khác, người mất, bệnh tật, kiện tụng, làm ăn thất bại.

Hỏi: Người ta thường truyền tụng nếu người chết phạm vào giờ độc là "Trùng tang" thì gia đình lại có tang. Xin cho biết có hay không?

Đáp: Tất cả sự tốt xấu tùy thuộc vào sự chọn được huyệt tốt và lúc an táng tránh được sát khí. Trùng tang là sau khi vừa chôn xong gia đình lại có tang và nhiều khi liên tiếp có tang. Người ta còn cho là Thần Trùng về bắt. Trong Địa lý thật sự có những trường hợp này xảy ra nhưng cũng vì các Thầy và các học giả nghiên cứu không biết rõ rệt sát khí là thế nào, ở đâu, lúc nào có mà bảo cho gia chủ tránh đi. Đây là trường hợp các Chân sư thường bảo "Cát khí vị lai Sát khí tiên đáo" hay khí tốt chưa đến mà khí xấu lại đến trước thật là nguy hiểm lắm thay.

Hỏi: Đất "Sát sư" hay "Giết thầy" như thế nào?

Đáp: Sau khi táng xong một ngôi mả thì Thầy Địa lý bị tai nạn nhiều khi thương vong. Người ta thường cho đó là ngôi đất Sát Sư. Có người cho rằng đất sát Sư thuộc loại đất Ngô Công (Con rết) hay Hoàng Xà tức là loại long khi kết huyệt còn nhiều sát khí gây tai họa ngay cho Thầy trước. Thực sự thực hiện Địa lý phải tùy thuộc vào yếu tố Phúc Duyên làm căn bản. Gia chủ phải có Duyên mới gặp được Chân Sư. Gia chủ cũng phải có đầy đủ Phúc mới gặp được đất to. Đất to Sơn thần Thổ địa không cho phép mà Thầy vì nặng Ân Tình Nghĩa Lụy cứ làm thì thường vướng vòng tai họa.

无枝脚图
VÔ CHI CƯỚC ĐỒ

要本身有龙虎
YÊU BẢN THÂN HỮU LONG HỔ

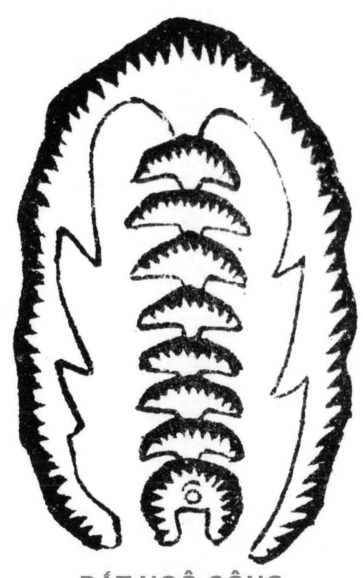

ĐẤT NGÔ CÔNG

Hỏi: Xin cho biết về các ngôi đất Thiên táng?

Đáp: Các tài liệu lịch sử ghi lại nhiều ngôi đất tình cờ mà được, như ngôi đất phát tích của họ Trịnh dưới thời Lê Trung Hưng. Bà mẹ của Thái Tổ Trịnh Kiểm bị dân làng vứt xuống vực mà được ngôi đất kết quyền uy áp được cả Nhà Mạc, Vua Lê cùng Chúa Nguyễn hơn 200 năm. Căn cứ vào đó thì các nơi đất kết đều có Sơn Thần Thổ Địa canh giữ dành riêng cho những gia đình có đầy đủ Phúc Duyên.

Hỏi: Xin cho biết sự khác biệt giữa Hung táng và Cát táng như thế nào?

Đáp: Hung táng là sự an táng ngay sau khi Hóa Chủ mất. Cát táng chính là cải táng đến một nơi thường là có huyệt hay Phong Thủy hữu tình hơn. Lúc đó người ta chỉ lấy xương xếp vào một tiểu nhỏ và thường được gọi là sang Cát.

Hỏi: Hiện nay một số người thích Hỏa táng cho tiện lợi. Hỏa táng xong còn có thể áp dụng Địa lý Phong Thủy an táng vào huyệt tốt không?

Đáp: Trong Địa lý thì bộ xương là bộ máy tụ điện và phát điện. Sau khi bị Hỏa táng xương cốt chỉ còn lại một phần. Nếu muốn thực hiện Địa lý cũng có thể được. Nhưng phải là những ai rất tin tưởng vào Địa lý và thấy thật cần thiết lắm mới dám làm. Lý do không những thật công phu tốn kém mà còn ít ai hiểu được cái lý "Tứ lạng thắng ngàn cân" có nghĩa chỉ cần một ít hỗ trợ của vũ trụ lực là đã có thể chuyển bại thành thắng xoay đổi hẳn cục diện của một gia tộc. Nhưng nếu không còn tí xương nào thì không thể thực hiện được.

Hỏi: Xin cho biết môn phái Chính Tông dùng phương pháp nào để xem nhà cửa?

Đáp: Các Chân Sư chỉ có một phương pháp duy nhất để xem mồ mả Âm phần và nhà cửa Dương cơ. Tuy nhiên Âm phần và Dương cơ có những khía cạnh khác nhau về thực chất, như Âm phần có huyệt kết nên phải xét đến Nhập thủ mạch. Trái lại nhà cửa có khi dùng đến nhập thủ có khi không như nhà cửa nơi núi non thì dùng đến, nhà cửa nơi nông thôn lại không. Do đó phương pháp là một nhưng khi dùng tùy trường hợp mà áp dụng.

Hỏi: Xin nói sơ qua về cách xem nhà cửa trong thành phố?

Đáp: Nhà cửa trong thành phố không có nhập thủ và dòng nước uốn quanh cho nên phải chú trọng vào thu khí. Những nơi ta ra vào thường ngày phải được chú ý. Nơi làm việc, chỗ nấu ăn, phòng ngủ nên phù hợp nguyên tắc Sinh Vượng của Huyền Không Lý Khí. Như trên đã nói đúng thời vận là tốt không đúng thời vận là hung. Ngoài ra các nơi làm việc chung như công xưởng, công ty đều có thể áp dụng nguyên tắc Địa lý để thu lấy ảnh hưởng tốt và tránh đi ảnh hưởng xấu.

Hỏi: Xin nói rõ thêm các nơi quan trọng trong nhà như cửa ra vào, phòng ngủ và bếp núc có tác dụng thực tế như thế nào.

Đáp: Trên nguyên tắc các nơi trên đều phải thâu được Sinh khí thì mọi sự thuận lợi như gia đình hạnh phúc, làm ăn phát tài, sức khỏe sung mãn. Do đó nếu trong nhà có sự buồn bã như cảnh hai vợ chồng lấy nhau không có con thì phải để ý đến phòng ngủ có phạm Sát khí hay không và phải thay đổi hay sửa lại để thâu lấy

Sinh khí. Nếu trong nhà có người bệnh mà thuốc thang mãi không khỏi thì phải để ý đến bếp núc xem có phạm vào sát khí hay không. Nói chung ngôi nhà phải được hướng tốt cửa mở tại Sinh Vượng phương, phòng ngủ và bếp núc cũng thu được luồng Sinh khí của vũ trụ thì tốt nhất. Trong trường hợp nhiều nơi bị Sát khí thì tốt hơn hết là dời đến một ngôi nhà khác.

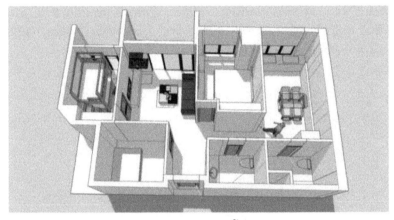

(Ngôi nhà Mẫu)

Bút giả được biết có người vào năm 1987 dời nhà mà chỉ trong 2 năm sau tài sản tăng lên 200,000 dollars vì giá nhà tăng vụt của hai căn nhà. Sau khi học được phép Chính Tông bút giả nghiệm lại thấy thời gian đó người chủ đã chọn nhà đúng theo phương pháp của khí học là thâu được Sinh Vượng khí.

Tiền nhân chúng ta cũng theo phương pháp này mà lập ra những ngôi Chùa hay Đền mà các tín chủ thường lui tới để cầu tự cầu tài đều linh ứng.

Dương Cơ ứng nghiệm

(Gia chủ vào ở nhà này từ năm 1979 đến năm 2006 thì chuyển đi nơi khác. Trong thời gian ở đây đã có nhiều hung họa xảy ra: Chỉ sinh được hai người con gái, không có con trai, cả hai đều bị tai nạn. Một người bị tai nạn xe mất, một người tai nạn do cột điện đổ vào đầu ảnh hưởng tới não, nhưng được cứu sống. Vợ chồng lục đục bất hòa, sinh trai gái,... Chủ thứ hai sau khi sửa lại và vào ở từ tháng 8/2006 đến 2017 thì mọi chuyện êm đẹp, sinh được con trai, gia đình hòa thuận, tiền tài danh vọng đều có và ở mức trung bình, thường có nhiều người lui tới,...).

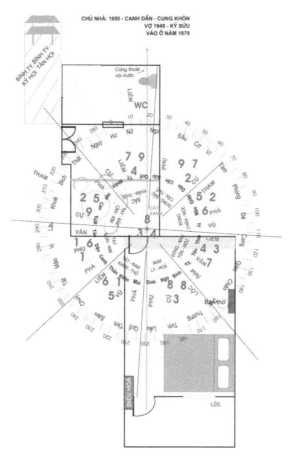

DƯƠNG CƠ, NHÀ Ở VÀ CƠ SỞ THƯƠNG MẠI

Hỏi: Xin cho biết tại sao căn nhà ở đang sinh sống lại quan trọng?

Đáp: Nhà là nơi sinh hoạt hàng ngày cũng là nơi ta ngủ 8 tiếng. Nhà được gọi là Dương cơ và giường ngủ có thể gọi là Dương huyệt hay huyệt của người khi còn sống. Cổ nhân thường nói "Sống có nhà, thác có mồ" nên nhà ở ảnh hưởng quan trọng đến cuộc sống và nên phối hợp với ảnh hưởng Phong Thủy mồ mả. Thường thường người ta chỉ xem theo Bát Cẩm Trạch nhưng các Chân Sư dùng Tam nguyên Cửu vận tính ra vận căn nhà, vận gia chủ sau đó phối hợp với các yếu tố bên ngoài và bên trong căn nhà để luận tốt xấu.

Hỏi: Xin cho biết áp dụng thế nào trong Phong Thủy thời vận của gia chủ?

Đáp: "Sông có khúc, người có lúc" nên những lúc thời vận của gia chủ không tốt thì ta không nên dọn nhà vì khí lực càng bị hao tán dễ gây tai họa. Xin nêu một số trường hợp đã xảy ra.

1/ Một người dọn nhà mới chỉ 10 ngày đã có tai nạn.

2/ Một người bị ba lần đụng xe tuy không mất mạng nhưng cũng tốn nhiều thời giờ chữa trị.

3/ Một cặp vợ chồng Ấn Độ mới dọn nhà vào nhà mới được hơn 3 tháng thì chồng bị cho thôi việc.

4/ Một cặp vợ chồng Mỹ Việt sau khi dọn nhà mới khoảng 6 tháng sau thì chồng chết vì đau tim.

5/ Một anh kỹ sư tuổi mới ngoài 40 mà sau khi dọn nhà chưa đầy năm đã phải mổ để ghép mạch tim (open heart surgery).

6/ Một vị y sĩ tuổi chừng 60 sức khỏe rất tốt nhưng cũng bị một cơn nhồi tim sau khi dọn nhà mới.

7/ Một thương gia đang thịnh phát tậu nhà mới nhưng chỉ 6 tháng sau thì người nhà bị cơn bệnh xoàng, nhưng sau đó gây biến chứng ngặt nghèo: Cơ sở làm ăn cũng vì thế mà lung lay.

Hỏi: Xin cho biết sơ qua về khí vận căn nhà?

Đáp: Khí vận của nhà cửa được tính theo chu kỳ khí hóa tam nguyên cửu vận giống như của âm phần. Dựa theo vận hay chu kỳ thời gian và hướng nhà các Chân sư tính ra các chu kỳ khí hóa của hai yếu tố sơn thủy theo nguyên tắc vô cực sinh Thái cực, Thái cực sinh lưỡng nghi.

Hỏi: Sơn và Thủy trong Địa lý âm phần mồ mả hay nói đến. Nay lại đem áp dụng vào nhà cửa. Xin nói thêm về Sơn Thủy áp dụng cho nhà cửa?

Đáp: Âm trạch mồ mả tuy có khác Dương cơ nhà ở nhưng nguyên tắc cũng tùy vào hai yếu tố Sơn Thủy Âm Dương. Dương là Thủy và Âm là Sơn. Đối với nhà cửa thì những nơi thấp, những nơi thoáng khí trống trải được coi là Thủy. Nhưng nơi cao như nhà lầu ở trước mặt, hai bên hoặc sau nhà đều được coi là Sơn. Sơn và Thủy là hai yếu tố căn bản được dùng để luận khí vận tốt xấu của căn nhà. Sơn Thủy là hình thể và khí vận là cách lý luận có căn cứ vào những gì nhìn thấy chung quanh.

Hỏi: Có lúc phải xem khí vận căn nhà. Nay lại có thêm khí vận gia chủ. Xin nói thêm về sự phối hợp như thế nào?

Đáp: Người ta thường cho rằng xem Địa Lý Phong Thủy chỉ chú trọng đến căn nhà nhưng thực ra xem Phong Thủy chính là xem sự liên hệ hỗ tương ảnh hưởng của cá nhân con người và các yếu tố khác. Ảnh hưởng thời vận cá nhân và thời vận của căn nhà đều ảnh hưởng hỗ tương với nhau. Điều quan trọng là giữ được sự quân bình giữa các ảnh hưởng. Nếu một chuỗi ảnh hưởng dây chuyền. Ví dụ một người được ảnh hưởng tốt nhờ âm phần nhưng thời vận cá nhân ở lúc không thuận khi dọn nhà mới sẽ bị giảm đi cái tốt và đó là những trường hợp tai nạn, tật bệnh nhưng không sao. Trái lại nếu một người không được ảnh hưởng âm phần tốt thời vận căn nhà xấu và thời vận mình cũng xấu thì chắc chắn khi tậu nhà mới sẽ bị ảnh hưởng rất xấu và đó là những trường hợp tai nạn, bệnh hoạn chết người.

Hỏi: Xin nói về cách xem Phong Thủy phía ngoài căn nhà?

Đáp: Các sách Phong Thủy đều nói phía trước nên có Thủy phía sau nên có sơn phía trái là Thanh Long nên động phía hữu là Bạch Hổ nên tĩnh. Động là nên làm đường di chuyển ra vào còn Tĩnh là nên làm vườn hoa hay để hình tượng. Đây là nói về hình thể. Nhưng khi phối hợp với lý khí hay khí vận thì không hẳn phải như thế. Nếu khí vận gọi ra nên có sơn ở phía sau nhà hay có Thủy ở phía trước nhà thì ta nên hay ngược lại nhiều khi lại cần có sơn trước mặt và thủy ở sau nhà thì có như thế vẫn hay như thường. Phía Thanh Long hay Bạch Hổ cũng lý luận tương tự như trên.

Hỏi: Người ta thường sợ những căn nhà có đường đâm thẳng vào hay còn gọi là mũi tên bí mật?

Đáp: Theo hình thể trong trường hợp này tất nhiên là xấu nhưng nếu khí vận tốt thì sự xấu không thể xảy ra. Nếu khí vận xấu thì rất độc hại. Do đó, người ta thường kinh nghiệm và tránh các căn nhà này.

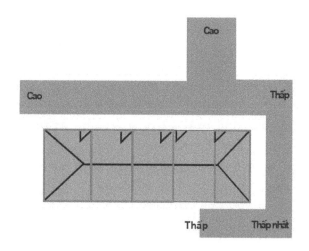

Hỏi: Xin cho biết hướng căn nhà xem như thế nào?

Đáp: Hướng căn nhà rất quan trọng vì nhờ đó mà làm căn cứ để suy đoán khí vận. Phong Thủy Chính Tông phân địa bàn làm 24 hướng, mỗi 15 độ khác với Bát Cẩm Trạch chỉ phân ra 8 hướng. Mỗi hướng có 7.50 độ, bên trái và 7.50 độ bên phải. Trong 24 hướng lại phân ra Âm hướng và Dương hướng, cũng có khi Dương hướng lại đi kèm với Dương hướng và cũng có khi lại đi kèm với Âm hướng.

Nếu hai hướng cạnh nhau cùng Dương hay cùng Âm thì lệch hướng một tí không có gì thay đổi, nhưng nếu Âm hướng đi kèm Dương hướng thì khi lập hướng phải cẩn thận, vì nếu không đáng lý hướng này thì lại ra hướng nọ sinh ra lẫn lộn Âm Dương. Ngoài ra các Chân Sư còn phân ra, biến hướng hay kiêm hướng để dùng trong những trường hợp khó lập. Ví dụ: Nhà Tọa Cấn hướng Khôn nếu nghiêng về cung Mùi có thể bị Âm hướng sai lạc, vì Thân là Dương và Mùi là Âm. Còn nghiêng về Thân thì khó bị Âm Dương sai lạc, vì cùng một Âm Dương. Theo Bát Quái Cung Khôn gồm 3 hướng Mùi Khôn Thân.

(Sơ đồ khu nhà trong vụ thảm án ở Bình Phước, Việt Nam)

Hỏi: Ở Mỹ người ta thường xây nhà gần đường dây điện (Power line) hay đường cao tốc (Freeway). Xin cho biết có ảnh hưởng như thế nào?

Đáp: Đây là vấn đề mới mà Phong Thủy cần đáp ứng. Nếu nhà gần freeway hay điện cao thế thì tốt nhất phải ở vào những nơi có Sinh khí theo khí vận của căn nhà. Nếu không ta nên tránh những nơi như thế.

Hỏi: Ở Mỹ người ta thường xây nhà lầu và nhà trệt xen kẽ nhau, như thế ảnh hưởng như thế nào?

Đáp: Nếu nhà mình thấp thì căn bên cạnh cao hơn là Sơn, và nếu nhà mình cao mà bên cạnh thấp thì là Thủy. Cũng như thế mà trước mặt cao là sơn là núi nhà trước mặt thấp là thủy là nước. Sau đó đem khí vận thịnh suy bĩ thái để suy đoán tốt xấu.

(Địa thế ngôi nhà)

Hỏi: Cách xem nhà cửa bên trong như thế nào?

Đáp: Thông thường những nơi quan trọng là cửa trước, vì là nơi mọi người qua lại Phong Thủy gọi là Khí Khẩu hay cửa ngõ của Khí. Đường đi dẫn vào nhà phối hợp với cửa vì có cửa thì có đường đi. Nhà bếp vì là nơi thức ăn được sửa soạn, bếp phải được tọa lạc những nơi Sinh khí. Phòng ngủ gia chủ phải được đặc biệt chú ý vì được coi như huyệt sống hay Dương huyệt.

THIẾT KẾ MẶT BẰNG TẦNG 1

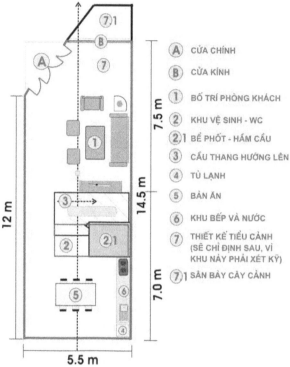

Ⓐ CỬA CHÍNH
Ⓑ CỬA KÍNH
① BỐ TRÍ PHÒNG KHÁCH
② KHU VỆ SINH - WC
②1 BỂ PHỐT - HẦM CẦU
③ CẦU THANG HƯỚNG LÊN
④ TỦ LẠNH
⑤ BÀN ĂN
⑥ KHU BẾP VÀ NƯỚC
⑦ THIẾT KẾ TIỂU CẢNH (SẼ CHỈ ĐỊNH SAU, VÌ KHU NÀY PHẢI XÉT KỸ)
⑦1 SÂN BÀY CÂY CẢNH

Hỏi: Thường nghe nói trấn bếp để làm gì?

Đáp: Trấn bếp là dời bếp hay xoay cửa bếp để hợp với phương có Sinh khí. Phương pháp này thường được dùng để chữa bệnh hay tiêu trừ tai họa và cầu tài. Tuy nhiên ở Mỹ phương pháp này khó áp dụng vì bất tiện, nhưng trong trường hợp sửa chữa toàn diện nhà bếp thì rất nên cẩn thận, vì nếu xoay vào hướng xấu thì sẽ có thể bị ảnh hưởng xấu.

Hỏi: Giường ngủ nếu bị xấu ta phải làm sao?

Đáp: Thông thường những người lấy nhau lâu mà không có con thì có thể xoay giường ngủ để cầu lấy cát khí. Tuy nhiên phải xoay theo phương pháp Tam Nguyên Cát Khí thì mới có hy vọng vì các Chân Sư phải tìm hiểu khí bế tắc tại đâu để hóa giải ví dụ - mồ mả gây ra thì rất khó hóa giải. Trái lại mồ mả tọa hướng không xấu không tốt thì có thể hóa giải. Cũng theo phương pháp này nếu con cháu không được vượng cũng có thể xoay giường hay Dương huyệt của bố mẹ, để hóa giải phần nào. Xem như thế thì mới biết giữa cha mẹ và con cái ngoài tình máu mủ ruột thịt, còn liên hệ khí hóa vô cùng mật thiết ngay cả lúc sống cũng như khi khuất.

Hỏi: Ngoài khi mua nhà mới còn những trường hợp nào mới cần đến xem Phong Thủy?

Đáp: Như trên đã có dịp đề cập Phong Thủy bản chất là môn học về khí hóa, mà con người là một hiện tượng khí hóa như các Cụ thường bảo: "Địa Linh Nhân Kiệt" nên mọi việc trọng đại xảy ra trong đời như di chuyển sở làm, mở cửa hàng kinh doanh buôn bán, cơ sở thương mại, hay khuếch trương thêm, so đôi tuổi kết hôn, sinh con hay cầu tự cũng như sửa chữa nhà cửa đều cần đến sự hòa hợp của các hiện tượng khí hóa. Ví dụ ở Mỹ thường phải bán nhà được xong mới mua nhà mới, nhưng nếu biết năm nay tuy đã bán được nhà nhưng khí vận gia chủ không tốt thì phải ở nán lại đợi đến ngày tháng tốt. Nếu không biết có thể bị ảnh hưởng Phong Thủy làm hại mà không biết. Tác giả đã nghiệm thấy nhiều người bị bệnh, sau khi đến ở căn nhà mới nhưng họ cứ tìm câu trả lời theo Y học và nhiều khi tuy có lời giải đáp, nhưng vẫn không hiểu tại sao bệnh tật lại đến với họ. Y học Đông phương cho rằng mọi bệnh tật là bắt đầu do Khí bất thông hay Khí không lưu chuyển, nhưng cái gì gây ra sự mất thăng bằng này.Ta có thể xem hiện tượng khí bất hòa trong cơ thể chỉ là một phần của hiện tượng khí hóa của vũ trụ. Và khí hóa của vũ trụ tuy vô hình nhưng phần lớn ảnh hưởng đến con người. Phong Thủy là cái mà nó làm cho ta mất thăng bằng và mọi điều không tốt theo đó mà xảy ra như tật bệnh, nếu cơ thể đã suy, tai nạn nếu ảnh hưởng quá xấu, v.v... Ảnh hưởng Phong Thủy vì nhiều khi từ từ nên nếu không để ý ta khó có thể nhận thấy và đa số mọi người đều cho là vận xui mà đành chấp nhận. Thực ra Phong Thủy có thể được dùng để tiên liệu và do đó tránh được ảnh hưởng xấu. Nói tóm lại tất cả sự vật đều có chu kỳ khí hóa và đó là yếu tố chữ Thời trong Kinh Dịch như người xưa đã dạy "Thuận Thiên giả tồn, Nghịch Thiên giả vong". Xin tạm dịch "Thuận theo thời thì sống, trái với thời thì chết". Thời đây là Thiên Thời hay chu kỳ khí hóa vận hành dùng để xu cát ty hung hay tìm cái tốt và tránh cái xấu.

Hỏi: Mở cửa tiệm, khai trương nhà hàng hay cơ sở thương mại cũng cần đến Phong Thủy xin cho biết đại cương như thế nào?

Đáp: Mở cửa tiệm hay cơ sở thương mại cũng như ta mua nhà mới vì đó là một hành động không phải thường ngày ta vẫn làm, mà là việc làm này là việc mới, là một hiện tượng khí hóa mới đối với ta. Do đó, chu kỳ khí hóa vận hành phải được suy tính cho thuận theo Thiên Thời Xu Cát Ty hung hay nắm lấy thời cơ. Ví dụ Tháng 7 năm 1995 tác giả đã có dịp bảo hai Chủ nhân một cơ sở thương mại không nên khai trương nhưng họ vì chủ quan về dịch vụ thương mại sẽ thành công, nhưng một năm sau đó gây lỗ gần 100,000 dollars, và nay phải sang lại cơ sở này.

Hỏi: Tại sao khuếch trương thêm cơ sở thương mại cũng cần phải xem Phong Thủy?

Đáp: Như trên đã đề cập mỗi một hiện tượng mới mà hằng ngày ta không thường làm đều là hiện tượng khí hóa có ảnh hưởng tối hậu làm lệch cán cân thăng bằng trong cuộc sống chúng ta. Như một vị bác sĩ ngoại quốc chuyên khoa giải phẫu mắt năm 1991 đang trên đà thành công, đã khuếch trương thêm một phòng mạch thứ hai tại La Jolla. Sau đó không lâu ông bị chính phủ điều tra thật kỹ và hiện giờ 1995 ông đang ngồi tù 11 năm bằng cấp bị tịch thu và tài sản gần 8 triệu cũng bị tịch biên. Khi khuếch trương phòng mạch thứ hai ông đã làm bế tắc huyết mạch Phong Thủy và có lẽ Phong Thủy Âm phần nhà ông cũng đến lúc suy vong nên ông mới bị kết tội quá nặng như thế.

Câu hỏi đặt ra là nếu ông không vi phạm Phong Thủy khi mở phòng mạch thứ hai liệu ông có thoát khỏi cảnh tù đày hay không. Điều này thật khó trả lời, nhưng tác giả kinh nghiệm hầu như 90 phần trăm các trường hợp xấu xảy ra sau đó truy ngược lại đều phạm Phong Thủy. Do đó, tốt hơn ta nên tránh là hơn vì ảnh hưởng Phong Thủy vô hình nhưng cũng vô tình không lường được.

Hỏi: Tại sao khi kết hôn cũng có thể xem Phong Thủy?

Đáp: Sự so đôi tuổi kết hôn cũng là sự phối hợp của hai hiện tượng khí hóa với nhau nếu là Chân Sư thì các bậc này cũng có thể cho biết, sự phối hợp tốt hay xấu. Ngoài ra sau khi kết hôn người ta thường đưa nhau về nhà mới tất nhiên phải tìm lấy ảnh hưởng tốt. Tác giả đã nghiệm thấy có trường hợp hai vợ chồng son về nhà mới hơn bốn năm mà vẫn trông đợi đứa con đầu lòng. Họ đã thuốc thang chạy chữa nhiều hơn hai năm qua, nhưng vẫn chưa có kết quả gì. Đây là trường hợp sát khí tại Tọa Sơn mà Tọa Sơn lại chủ về đường con cái. Tọa sơn bị phạm sát khí tối độc, kèm thêm một vài yếu tố bất lợi nữa cho nên vợ chồng khỏe mạnh dưới 40 tuổi, mà vẫn cứ hoài mong. Có thầy xem cho rằng tốt theo Bát Cẩm Trạch chứ không làm sao mà biết được để phân biệt Sát Khí tại chỗ nào mà hóa giải.

Hỏi: Khi xem Phong Thủy người ta chỉ nên chú ý đến người Chủ gia đình có đúng không?

Đáp: Các thầy thường thì chỉ lấy gia Chủ và lấy Người chồng làm gốc, nhưng thực sự Phong Thủy ảnh hưởng đến cả hai. Do đó, có nhiều trường hợp rất khó mà được cho cả hai, nên tùy ai là chủ thực sự thì ta nghiêng về người đó. Như chồng đi làm Vợ ở nhà thì lấy Chồng làm gốc hay ngược lại.

Hỏi: Như Phong Thủy nhà cửa tuy kém quan trọng hơn mồ mả, nhưng nếu không biết phạm phải cũng có phần xấu. Những ảnh hưởng xấu như thế nào và kéo dài ra sao?

Đáp: Nên quân bình giữa hai âm phần và nhà cửa. Âm phần tốt nhà cửa tốt thì như gấm thêu hoa. Âm phần tốt nhà cửa xấu thì vận vẫn tốt nhưng có trục trặc như tai nạn nhưng không sao, bệnh hoạn nhẹ. Âm phần xấu, nhà cửa tốt thì vận đỏ nhỏ thành công nhỏ, không đạt được sự thành công lớn. Âm phần xấu, nhà cửa xấu thì vận đen đến ngay như bất đắc kỳ tử, tù tội.

Do đó dưới lăng kính Phong Thủy ta có thể đoán được sự phúc trạch may rủi và giải đáp được những hoàn cảnh thành công thất bại của con người. Còn ảnh hưởng tốt xấu lâu mau thì cát khí nhiều thì đều nhanh. Hung khí nhiều thì tai họa cấp tốc, Hung Cát lẫn lộn thì ảnh hưởng cũng từ từ. Vừa qua tháng 10, 1996 tại Hà Nội có tin gia đình một công chức cao cấp, con cái vào bậc đại học nhưng sau khí táng Ông Nội 49 ngày người con đã nhẫn tâm đâm bố chết sau một cuộc cãi vã. Tác giả cho rằng Phong Thủy Âm phần xấu bồi thêm vào căn nhà xấu cho nên mới có cảnh thương tâm như thế. Trong Phong Thủy Chính Tông thường đề cập táng hung là như thế.

Hỏi: Trong các tiệm ăn Tàu người ta thường dùng hồ cá có ý như thế nào?

Đáp: Hồ cá thường được trang trí gần nơi cửa chính ra vào để gây sự chú ý. Có hai ý nghĩa. Cá là ngư, theo tiếng Tàu phát âm là Yu gần giống như sự phát âm của chữ Hữu là có hàm ý giàu có. Ngoài ra cá là một sinh vật nếu đặt đúng những nơi có Sinh khí thì khí tốt luôn luôn được hun đúc khuấy động do sự bơi lội của cá và như thế rất tốt cho sự thịnh vượng của gia chủ theo nguyên tắc - tốt thì khoe ra xấu thì che đậy.

Hỏi: Có người quan niệm Tàu, Nhật, Việt Nam tin Phong Thủy mà sao dân nghèo nước yếu, trái lại Mỹ, Âu chẳng biết Phong Thủy mà dân mạnh nước giàu. Xin cho biết ý kiến?

Đáp: Các Dân tộc Á Châu vốn chú trọng để nghề nông, trái lại Âu Tây lại vượt lên và tiến về khoa học trong vài thế kỷ nay. Chẳng may chiến tranh thế chiến bùng nổ gây ra bao cảnh đau lòng. Người ta nhìn vào sự tiến bộ của Âu Mỹ như là sự bảo đảm của một thiên đàng hạ giới cuộc sống tuy có nâng cao nhưng đời sống tinh thần lại thiếu thốn. Á Châu tuy chậm tiến nhưng đời sống tình cảm thiết tha bao bọc trong mái ấm gia tộc. Nếu chúng ta biết áp dụng những tiến bộ khoa học và áp dụng nguyên tắc Phong Thủy đúng đắn sẽ giúp con người chúng ta quân bình trong cuộc sống vật chất và tình thần. Phong Thủy không nên chỉ được xem là những mê tín nhảm nhí. Gần đây với sự tiến bộ vượt bực của Singapore, Đài Loan, Hồng Kông về Khoa học lẫn Kinh Tế, thì có người lại cho là họ thành công nhờ nền triết học Tam Cương Ngũ Thường - của Khổng Tử, và sự toan tính theo quy tắc Phong Thủy khí hóa Âm Dương. Dù tin hay không Phong Thủy luôn luôn ảnh hưởng đến chúng ta trong các lãnh vực tiền tài, danh vọng, con cái, sức khỏe.

Hỏi: Trên thị trường có nhiều phương pháp xem nhà cửa làm sao mà biết chọn Thầy?

Đáp: Phong Thủy là môn học về họa phúc. Có duyên thì gặp được thầy giỏi thầy Chính Tông không may thì gặp phải thầy xem theo sách vở như Bát Cẩm Trạch Sinh khí, Họa hại, Diên niên. Do đó tốt hơn cả hai nên tham khảo để biết thêm các thầy theo phương pháp nào. Chính Tông thì lấy sự tích thiện của cá nhân làm gốc sau đó áp dụng nguyên tắc tam nguyên cửu vận, ngũ hành sinh khắc một cách linh động để tìm rõ đâu là sự bế tắc để giải quyết vấn đề. Ví dụ như Nhà có khí vận của Nhà. Gia chủ có khí vận của gia chủ. Năm tháng ngày giờ đều có khí vận riêng. Người Thầy căn cứ vào những ảnh hưởng lẫn nhau của một hiện tượng động hay một chuỗi hiện tượng để tìm ra con đường Sinh khí tránh những nơi sát khí. Do đó Thầy Chính Tông phải hỏi gia chủ một số dữ kiện và căn cứ vào đó để suy luận tốt xấu mà bảo gia chủ. Gia chủ cũng không nên giấu giếm gì mà Thầy muốn biết và tự mình cho là cái đó không có gì quan trọng đến Phong Thủy cả. Gia Chủ và Thầy cần phải có một sự tin tưởng lẫn nhau như thế mới có một giải pháp ổn thỏa cho các vấn đề nan giải của Phong Thủy. Tác giả biết nhiều Thầy chỉ bấm độn để xem nhà cửa hoặc dùng thước Lỗ Ban đo cửa thì e rằng chỉ có thể nói được tốt xấu mà chưa chắc đã đúng, chứ làm sao đả thông được sự bế tắc của khí hóa lưu thông. Nên biết phương pháp hình thể và khí học hay lý khí phải luôn luôn phối hợp.

Hỏi: Thế nào là năm xung tháng hạn?

Đáp: Năm xung tháng hạn theo tam nguyên khí vận là những năm tháng xấu theo chu kỳ khí vận chứ không phải không phải tuổi Sửu đến năm Sửu hay năm Mùi là năm xung. Tất cả đều được tính theo quy tắc Hà đồ Lạc thư. Hà đồ quyết định yếu tố Âm Dương. Lạc thư hay Cửu Cung vận hành lưu chuyển. Sau đó phối hợp với Đại vận tiểu vận để suy xét thịnh suy.

(ÂM DƯƠNG TIÊU TRƯỞNG)

119

Hỏi: Hiện tượng khí hóa là gì?

Đáp: Khí hóa là hiện tượng của mọi sinh vật trong và vũ trụ như Xuân Hạ Thu Đông - bốn mùa thay đổi. Con người đều trải qua sinh lão bệnh tử. Bao gồm trong đó có sự luân lưu của vũ trụ tuyến, ta có thể gọi là geomagnetic force hay từ trường của quả đất. Sự biến đổi trạng thái qua các giai đoạn được luận theo số học cũng như tần số trong ánh sáng. Sự phối hợp giữa hai hiện tượng khí hóa có khi tốt có khi xấu, vì bản chất tương đồng hay tương khắc với nhau. Nhiều khi tự nó cũng có thể tốt vì nó đang ở trong trạng thái hưng vượng hoặc nhiều khi xấu vì bị hiện tượng khí hóa khác lấn áp gây ra bế tắc. Phong Thủy là môn học về sự phối hợp của các hiện tượng khí hóa.

Hỏi: Xin cho biết các Thầy Địa lý Chính Tông xem nhà như thế nào?

Đáp: Các Chân Sư thường trước xem khí vận gia chủ và khí vận căn nhà nếu mua. Thầy cũng cần biết, thời gian ở lâu mau, công việc làm ăn có khấm khá không, sức khỏe tốt lành hay bệnh tật như thế nào. Nếu trước khi dọn đến căn nhà này mọi thứ đều tốt đẹp nay lại bị xấu thì ta có thể đoán được căn nhà này là nguyên nhân. Nếu ở nhà mới đã lâu nhưng đột nhiên lại sinh ra tật bệnh tiền tài suy thoái thì thầy sẽ hỏi thêm, có các hiện tượng khác xảy ra hay không như có tang hoặc cải táng hoặc cơ sở làm ăn khuếch trương thêm hoặc đổi sở làm. Nếu không có gì thay đổi nữa thì Thầy lại hỏi thêm về mồ mả các Cụ xa đời như Ông nội hay Ông Cố để từ đó suy ra có thể là do ảnh hưởng hết phúc hay hết ảnh hưởng gây ra mà thôi. Người Thầy có nhiệm vụ truy tầm nguyên nhân nào đưa đến những ảnh hưởng xấu và đưa ra phương pháp hóa giải cho gia chủ. Tác giả đã xem cho một vị công việc làm ăn thất bại suy ra là nhà mới phạm Phong Thủy và âm phần người cha phần lớn cũng không tốt. Tuy chưa đến thăm ngôi mộ nhưng theo sự dò biết thì sau khi tang Ông Cụ khoảng 10 năm, trong nhà anh chị em làm ăn không khá.

Cho nên xem mua nhà mới thì không khó nhưng chữa lại các trường hợp xấu như trên rất khó vì trong trường hợp đã suy thoái thì trong gia đình anh chị em hiếm có sự đồng lòng về việc cải táng để hóa giải đi ảnh hưởng xấu.

Hỏi: Tại sao chưa đến xem ngôi mả mà đã đoán được đó là ngôi mả xấu?

Đáp: Ngoài sự suy luận theo khí vận các chân sư còn theo một thứ tự để suy đoán bằng cách loại trừ dần đi các hiện tượng có thể gây ảnh hưởng. Cộng thêm vào thứ tự này là sự phối hợp các hiện tượng theo tiêu chuẩn thời vận trước sau. Như thế các Chân Sư có thể đoán được phần lớn sự xấu hay tốt từ đâu. Ví dụ: sau khi táng Cha hay Mẹ, mà mọi người con đều bị xấu thì phần lớn là ngôi mộ này phạm hướng nặng, nếu chỉ có một người bị xấu thì có thể do nhà cửa đương sự hay một yếu tố nhỏ của ngôi mộ bị xấu mà thôi. Cứ theo sự suy đoán bằng cách loại bỏ dần các Chân Sư sẽ có được lời giải đáp. Sau đó nếu cần lắm sẽ đến nơi để xác định. Cũng như bị bác sĩ có kinh nghiệm, chỉ nhìn mặt bệnh nhân đã có thể đoán đúng phần lớn một số bệnh thường gặp chẳng hạn vàng da, là bệnh gan mật. Nói ra thì có vẻ thần diệu, ly kỳ nhưng thực ra là phương pháp đúng và kinh nghiệm mà thôi.

Hỏi: Xin cho biết phương pháp hóa giải như thế nào?

Đáp: Trong nhà cửa muốn cầu tự thì chú trọng về giường ngủ. Nhưng nếu tuyệt tự do ngôi mộ thì phải cải táng. Muốn cầu tài tiêu tai trừ bệnh thì chú trọng đến bếp. Các cửa tiệm không có bếp thì dùng hồ cá. Nhưng ảnh hưởng mạnh nhất vẫn là khi chọn căn nhà hay cơ sở mới. Do đó trước khi mua nhà hay mở cơ sở kinh doanh nên suy tính thật kỹ thì sau đó ít khi phải lo chữa chạy lung tung.

Hỏi: Người ta thường cúng "Thổ Địa Thần Linh" khi dọn vào nhà mới. Xin cho biết ý kiến?

Đáp: Vũ trụ chung quanh ta đều gồm những hiện tượng khí hóa. Có những ngôi mộ cổ hoặc xương cốt lâu năm dưới lòng đất mà mắt ta không nhìn thấy đều có thể phát ra ảnh hưởng xấu hay tốt cho Ta. Đối với Ta thì Ta là Chủ căn nhà và thửa đất nhưng đối với họ là những "âm hồn" chưa được siêu thoát thì Ta chỉ là người chiếm chỗ của Họ. Đây là một hình thức điều hòa hai hiện tượng khí hóa giữa hai cõi Âm Dương khác biệt. Lễ cúng là để giới thiệu mình với họ tạo sự sống chung hòa bình.

Hỏi: Tại sao sửa chữa nhà cửa cũng phải cần đến Phong Thủy?

Đáp: Khí vận của căn nhà gồm những phương tốt và phương xấu. Những năm xấu mà động đến hung phương thì tất nhiên sẽ xấu cho nên phải xem năm tốt và phương tốt mà sửa. Gần đây có huynh hướng sửa chữa lại khu vực có bếp núc cho được rộng rãi hơn nhưng nếu sửa mà thay đổi hướng "ông táo" thì rất nên cẩn thận vì tác dụng tốt xấu có thể từ đó mà phát sinh.

Hỏi: Thời vận của gia chủ đây có phải là xem Tử Vi không?

Đáp: Thời vận gia chủ không phải là Tử Vi mà căn cứ Tam Nguyên Cửu Vận theo nguyên tắc Động. Đây là một phần của môn Phong Thủy Chính Tông. Đại vận theo Cửu Cung. Tiểu vận theo Cửu Cung. Mọi người chúng ta đều có Cửu Cung. Đó là chu kỳ khí hóa vũ trụ ảnh hưởng đến mọi sinh vật theo chu kỳ thời gian biến hóa không ngừng.

Hỏi: Tại sao lại gọi giường ngủ là Dương huyệt?

Đáp: Dương huyệt cho người sống để đối lại với Âm huyệt cho người đã khuất. Như đã đề cập giường ngủ rất quan hệ cho mọi người cũng như cha mẹ cùng con cái. Giường ngủ Cha mẹ không tốt sẽ gây ảnh hưởng xấu đến con cái. Hay ngược lại nếu con cái không được hưng vượng ta cũng có thể xoay giường ngủ của Cha mẹ về hướng tốt để giải đi ảnh hưởng xấu. Giường ngủ còn được dùng để giúp cho những cặp vợ chồng hiếm con. Vì ảnh hưởng quan trọng như thế nên có thể gọi là Dương huyệt.

Hỏi: Ở Mỹ thường có hồ bơi phía sau như thế tốt hay xấu?

Đáp: Xấu hay tốt còn tùy vào khí vận. Nếu khí vận chẳng hạn là nên có thủy ở sau nhà thì rất tốt. Nếu khí vận bảo là không nên có thủy ở sau nhà thì sẽ không tốt. Còn xấu tốt ảnh hưởng nhiều ít thì phải so sánh các yếu tố khí hóa lẫn nhau. Nếu cái xấu bị chế phục thì không sao ngược lại bị dồn cho bế tắc thêm thì càng xấu. khí vận tuy vô hình nhưng lại nắm phần chủ động vì có khí trước sau đó mới có hình. Đa số các thầy đều theo hình thể để luận tốt xấu thì e rằng sự chính xác không đạt như ý.

Thung lũng hoa vàng,
Ngày cuối đông 96

MỘT SỐ KINH NGHIỆM TIÊU BIỂU

Sau khi được truyền tâm pháp tôi đem ra áp dụng vào Âm phần mồ mả cũng như nhà cửa thì có được một số kinh nghiệm. Vì có ngôi âm phần và nhà cửa có liên hệ đến các bạn bè đương thời nên tác giả xin mạn phép không nêu danh tánh.

1. Ngôi mộ bố ông Bộ Trưởng.

Tác giả được người quen đưa về quê miền lục tỉnh cách Sài Gòn độ 30 cây số. Tuy là được đi xe hơi nhưng lại phải qua phà và lội ruộng mới đến khu thổ mộ của giòng họ chú em. Tác giả lấy làm lạ khu thổ mộ tuy cùng một họ nhưng chia ra 2 khu và cách chôn cất hoàn toàn khác nhau. Khu của ngành người quen thì ngôi nào ngôi nấy xếp ngay hành thắng lối và cùng một hướng với nhau. Trái lại khu của ngành Ông Cậu các ngôi mả có lúc thì xéo có lúc thì ngay không nhất định.

Ngôi mả Bố ông Bộ Trưởng được chôn năm 1926. Người con sau đó được đi du học và về làm Bộ Trưởng dưới thời Cộng Hòa. Tác giả sau khi định hướng ngôi mả thuộc Tọa Nhâm hướng Bính và tính toán sự suy vượng đã nói với người em rể rằng "Ngôi mả này sẽ không phát đinh ngay sau khi táng mà lại phát đinh sau năm 1944. Chú em sau đó cho biết Ông Cậu trước khi xuất dương du học đã có vợ nhưng phải gián đoạn vì du học và sau khi du học về sau năm 1944 mới bắt đầu có nhiều con.

Tác giả trong lòng thấy vui vui thật là không bõ bao công lao khó nhọc cố tâm học lấy Chánh Tông.

2. Đào mộ mà té cây chết.

Tác giả được các người trong tộc họ cho biết Bác X bị té cây mít chết. Đầu đuôi câu chuyện là có ông Thầy bói nói là mộ Ông Tam đại của Bác X bị sụp một hòn gạch, Bác X lúc đào lên xem thì không thấy hòn gạch nào bị sụp cả nhưng chưa đầy 30 ngày thì Bác trèo cây mít cao 5 thước té xuống mà chết. Tác giả lúc ra phúc ngôi mộ tọa Kiền hướng Tốn. Năm 1994 vào tháng 3 sát khí hội tụ tại hướng và vì đào mả lên nên sát khí bị động mà gây tai họa vậy. Đây là trường hợp bệnh phù hội sát khí tối kỵ vọng động nếu động vào tổn Gia chủ thật quả không sai.

3. Tử huyệt gây tai họa.

Một người bạn học nhờ đến xem các ngôi đất trong khu thổ mộ. Tác giả sau khi khám xét đã tìm ra ngôi mộ Ông nội của người bạn bị chôn vào tử huyệt hay huyệt có nhiều sát khí gây tai họa cho Con cháu. Huyệt tọa Canh hướng Giáp chôn vào năm 1947.

Sau khi chôn gia đình sa sút phải bán dần ruộng đất. Các cháu thì hầu như không có con trai. Có người chết trong chiến tranh. Có người tự tử ngay trong ngày cưới. Người bạn của tác giả cưới vợ lâu mà không có con. Người em của người bạn thì chưa vợ.

Ngôi mộ này phía trước có sông phía sau có núi nhưng tiếc rằng sơn thủy điên đảo nên gây tai họa. Sơn thủy điên đảo là sơn thủy không đúng vị trí của mình, chỗ đáng có sơn thì lại có thủy và ngược lại.

4. Ngôi mộ phát ngay.

Ngôi mộ Bố người bạn Tác giả nay quên tọa gì hướng gì và táng năm nào. Nhưng lúc khảo sát thì thấy nằm trên ngọn đồi hướng về sông lớn. Tính ra với lẽ thịnh suy thì ngôi mả được hướng phát tài. Tác giả có hỏi người bạn có đúng như thế thì cho biết. Người bạn cho biết trước khi Cụ mất độ vài tháng thì công việc làm ăn đã có vẻ tốt đẹp và sau khi an táng thì lại càng ngày càng khá.

5. Ngôi mộ hỏa tai.

Ngôi mộ này cũng trên một ngọn đồi thuộc nghĩa địa chung của một ngôi chùa. Huyệt tọa Kiền hướng Tốn táng vào năm 1989. Tính Thịnh Suy Sinh Tử thì huyệt thuộc vào tử khí nhưng tử khí thuộc loại có tai nạn thì được tiền (hồi lộc chi tai). Năm 1993 người con trưởng có nhà bị cháy và được bảo hiểm bồi thường. Trong kinh dịch cung Kiền thuộc trưởng nên ứng vào người con trai trưởng. Còn người em trai cũng bị đụng xe và được bồi thường 10 cây vàng.

6. Ngôi nhà tán tài.

Một Bác quen có ngôi nhà trên đồi trông ra thung lũng có án trước mặt thật là đẹp đẽ. Bác thường bảo với Tôi Bác thích hợp với hướng Đông và đã được Thầy dùng thước Lỗ Ban đo cho thấy tốt.

Nhưng sau đó 6 năm Bác có người con lấy chồng không cưới hỏi. Một cô con gái khác lấy chồng đã lâu lại không con. Người con trai lấy vợ lâu năm cũng không con lại thêm cảnh người vợ muốn ly dị. Ngôi nhà của Bác không may lại dưới tên người con trai nên khi chia tài sản Bác phải mất một số tiền khá lớn.

Sau khi được truyền tâm pháp, Tác giả có dịp đến xem thì thấy ngôi nhà Bác bị sát hướng và Bát quái lại thuộc âm nên xấu cho con gái và tán tài. Bác mua nhà năm 1977 tọa Tân hướng Ất.

7. Ngôi nhà phát Đinh tài.

Có Anh bạn mua ngôi nhà nhìn vào rặng núi trước mặt, giữa nhà và núi có đường giao thông, còn nhà thì ở dưới thấp. Anh bạn cho biết các Thầy khác bảo là không tốt vì nhà không nên trông vào núi. Tôi có dịp đến xem tính ra thì thấy vượng đinh còn tài thì vừa tốt nhưng cũng có hao.

Năm 1992 anh bạn có thêm một cháu trai sau khi Chị nhà đã ngừng sanh hơn 15 năm. Công việc làm ăn tiền bạc thật tốt đẹp nhưng chính Anh lúc trước đã quyết định không muốn mua nhà đầu tư nhưng sau đó lại đổi ý và mua khi thị trường lên cơn sốt vào năm 1989-1990. Anh còn bỏ vốn cho người Anh đầu tư vào tiệm thực phẩm, tiệm sách v.v.. nhưng đều thất bại.

Tác giả tính đến giai đoạn 2004-2023 thì căn nhà trên đi vào giai đoạn tán tài mạnh hơn nữa. Hiện tại đã đúng tương lai ta chờ xem. Anh bạn mua nhà năm 1988 tọa Nhâm hướng Bính.

8. Ngôi nhà hoạch tài.

Nhà được mua năm 1989 tọa Tân hướng Ất.

Sau khi biết Tác giả học được chân pháp người chủ xin cho biết ngôi nhà này tốt hay xấu. Tác giả sau khi suy tính đã không ngần ngại cho biết chắc chắn là vượng tài.

Vì là chỗ thân tình nên vài tháng sau gia chủ cho biết từ năm 1990 trở đi năm nào cũng có hoạch tài. Năm 1994 kiếm được số tiền khá lớn hơn 100 cây vàng.

9. Tiệm sách phát tài.

Tác giả thường lui tới một hiệu sách nọ, trong khoảng thời gian độ 2 năm người chủ đã thay đổi chỗ quầy tính tiền 3 lần. Lần cuối cùng thay đổi một hướng nhất định và đã giữ như thế hơn một năm qua.

Tác giả bấm tay biết phương hướng cũng như cửa mở tại Sinh Vượng phương nên làm ăn thuận lợi. Tác giả hỏi đùa người chủ "Tại sao cứ thay đổi lung tung như vậy chắc Bà chị cũng tin vào Phong Thủy". Người chủ trả lời "thấy trở về hướng này làm ăn dễ chịu".

Vừa qua khi tạt qua hiệu tác giả lại nghe được sự công nhận của người chủ khi trả lời một ông khách "Cám ơn ông cũng nhờ một số khách quen thuộc vẫn lui tới ủng hộ".

10. Ứng nghiệm của Đệ tử khi dụng pháp.

Với mong ước những kiến thức Địa lý Phong Thủy Chính Tông Chân Truyền được lưu giữ cho các thế hệ tiếp sau, tác giả đã không quản mệt nhọc thân tâm mà thâu nhận Đệ tử, những mong có thể góp một phần nhỏ bé của mình làm rạng danh truyền thống Cha ông về môn Địa lý học từ xưa tới nay.

Trong tập sách nhỏ này, tác giả xin đưa các chứng nghiệm của một trong những Đệ tử đã thụ giáo Chân pháp Chính Tông Chân Truyền trong thời gian qua. Đó là trường hợp của Đệ tử, Chiêm tinh gia Minh Kim được thuật lại qua quá trình áp dụng vào thực tế như sau:

Trong hơn 40 năm hành nghề Địa lý Dương cơ, xem nhà cửa tôi vẫn chưa hài lòng với những kết quả đạt được của mình. Việc luận đoán tốt xấu cho thân chủ có khi ứng mà có khi lại không ứng. Do vậy mà trong lòng vẫn còn áy náy, bản thân rất mong muốn tìm được một phương pháp nào đó khác mà có thể giúp cho việc xem xét nhà cửa đạt được kết quả thực tế chính xác hơn.

Qua sự giới thiệu của cố Chánh án Nguyễn Văn Thư tôi được biết Bác sỹ Tuệ Hải, người đã có nhiều năm nghiên cứu môn Địa lý Phong Thủy. Từ sự tin tưởng tuyệt đối vào sở học của Thầy nên năm 1999 tôi đã quyết định làm lễ nhập môn, bái Sư thụ học. Nhờ có sự chỉ bảo tận tình của Ân Sư mà trong một thời gian ngắn tôi đã lĩnh hội được rất nhiều những kiến thức mới lạ, khác xa với những gì tôi đã từng được học trước đây. Để chứng minh tính chuẩn tắc của lý thuyết, tôi đã áp dụng vào thực tế để xem xét, quả nhiên kết quả đã đạt được rất cao, ngoài sự tưởng tượng.

Tôi có một Bà thân chủ muốn được tư vấn Phong Thủy để sửa chữa lại ngôi nhà. Qua xem xét tôi thấy năm này không sửa chữa được vì phạm vào Ngũ hoàng đại sát tới hướng, một Sao tối độc trong Huyền không phi tinh mà ai học môn này cũng phải kiêng dè. Tuy nói vậy nhưng Bà ta không tin, cứ tự ý cho thợ đến thay cửa, sơn phết lại. Kết quả chỉ sau đó có hơn 1 năm công việc làm ăn bế tắc, phải sang lại cho người khác, tính ra thất thoát cũng mất cả trăm ngàn USD (Đô La Mỹ).

Một Ông chủ hãng Tiện, có ý định mở rộng sản xuất kinh doanh, phải đầu tư thêm máy móc thiết bị và mở thêm xưởng. Ông ta đã đến nhờ tôi xem xét Phong Thủy cho nơi Ông ấy dự kiến mua. Tôi đã đến xem và thấy nơi này không tốt nên khuyên ông ta đừng mua, nhưng vì giá quá rẻ nên Ông ấy không nghe theo lời khuyên của tôi mà vẫn quyết tâm mua lại. Sau đó xưởng này đi vào hoạt động được 2 năm thì phải khai lỗ, tính ra đến cả hơn triệu dollar.

Sao Ngũ hoàng (5). Ngũ Hoàng là sao Liêm Trinh, là đại sát tinh Mậu Kỷ. Trong vận 8 là khí suy tử nên bất kể nó được sinh hay bị khắc đều rất xấu. Lại gặp Thái tuế cùng tới thì hung lại càng thêm hung, tổn đinh hao tài, nhẹ thì ốm đau, nặng thì hao người. Vì vậy nó nên tịnh mà không nên động, ra ngoài phòng xe cộ làm bị thương. Nếu vượng thì tài đinh đại phát, phú quý song toàn.

Một nữ Thân chủ có nhờ tôi xem cho một ngôi nhà tọa Càn hướng Tốn (120 độ), tức tọa Tuất hướng Thìn, Phạm vào cách Thướng sơn há thủy, nhưng được cách Liên Châu tam ban Quái (1 2 3, 2 3 4, ... 7 8 9), phía sau tọa bên cạnh hông nhà lại

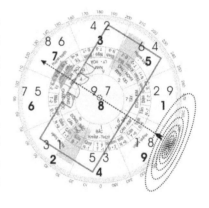

thấp có thủy tụ. Lúc mua 500.000 dollar mỹ vào năm 2011 tháng 12, đến giờ đã hơn Triệu dollar. Ngoài ra vào năm 2015 hãng chỗ làm bán lại cho hãng khác, nên gia chủ lại được thêm 2 năm tiền lương.

Một Cô làm dược sĩ bị bệnh không ăn uống được, cũng không biết là bệnh gì. Tôi có đến xem thì phát hiện ra giường ngủ thì mua giường của bệnh viện, chuyển về vào năm xấu, lại còn bị Ngũ hoàng sát đến phòng. Tôi đề nghị chỉnh lại vào phương có Bát (8) Bạch đáo sơn, để thêm phong linh ở ngoài cửa sổ hóa giải. Kết quả sau 3 tháng Cô ấy đã khỏi bệnh.

Phương pháp chân truyền của Ân Sư Tuệ Hải đã giúp tôi thấy được sự nhiệm mầu của Địa lý Phong Thủy Chính Tông. Đặc biệt phương pháp này không xuất hiện trong bất cứ loại sách nào trên thị trường Phong Thủy hiện nay, nhất là phần dự đoán trước sự tốt xấu cực kỳ ứng nghiệm. Có thể biết trước được sự tốt xấu, như vào ở thì có nhà tan nát, ly dị, cờ bạc, mất việc,…. có nhà lại hưng vượng, tiền tài danh vọng đều đạt.

Do vậy, khi mua nhà phải xem xét cẩn thận, xét Tọa, Hướng, phải xem quanh nhà chỗ nào cao (Sơn), chỗ nào thấp hoặc có nước (Thủy) và phải phù hợp với phần lý khí thì mới đắc dụng. Còn phải xem xét hướng nhà xem rơi vào hướng độ nào, có vào Tiểu không vong, Đại không vong, Cô hư,… hay không….

Nhân dịp Ân Sư Tuệ Hải ấn bản cuốn "Phong Thủy Nhàn Đàm" Tôi xin góp vài lời thô thiển, mong rằng phương pháp bí truyền được phổ biến đến những người hữu duyên, giúp cho người sử dụng đạt được kết quả cao, làm cho cuộc sống tươi đẹp hơn, phồn thịnh hơn. Được vậy thì thật là mong lắm thay!

HÌNH THỂ - LOAN ĐẦU

ĐẠI ĐỊA LONG THẦN NHẬT DẠ THỦ
(Đất kết phát lớn có Long Thần canh giữ ngày đêm)

Hỏi: Xin cho biết môn học Phong Thủy Âm Phần là gì?

Đáp: Địa lý mồ mả hay Phong Thủy Âm Phần là môn học về các ngôi đất kết mà người thường gọi là "Hàm rồng". Môn học này gồm hai phần Hình thể hay Loan đầu và Lý khí. Hình thể ta có thể tóm tắt vào 4 yếu tố Long, Sa, Thủy, Huyệt. Long là các mạch đất do các rặng núi dẫn. Sa là thành phần nhỏ của rặng núi như các ngọn đồi các gò đống nổi lên trên mặt đất. Thủy là dòng nước chảy đi chảy lại hay nơi nước tụ. Huyệt là nơi tinh hoa của núi non sông hồ kết tụ lại mà các sách Địa lý thường gọi là chỗ Âm Dương giao kết. Lý khí là cách đoán tốt xấu và lịch trình kết phát của huyệt kết.

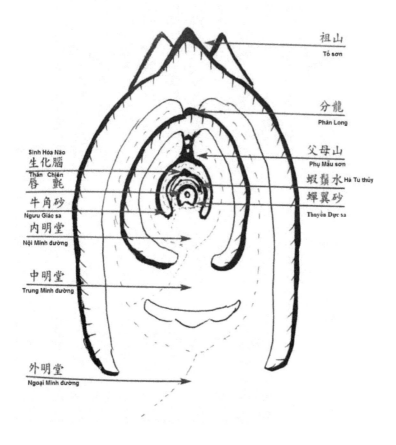

祖山
Tổ sơn

分龍
Phân Long

Sinh Hóa Não
生化腦

父母山
Phụ Mẫu sơn

Thần　Chiện
唇　氈

蝦鬚水 Hà Tu thủy

牛角砂
Ngưu Giác sa

蟬翼砂
Thuyền Dực sa

内明堂
Nội Minh đường

中明堂
Trung Minh đường

外明堂
Ngoại Minh đường

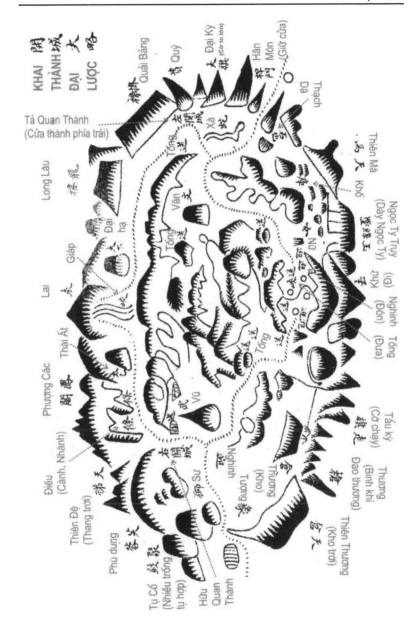

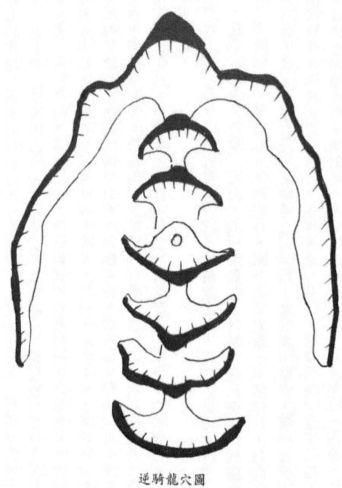

逆騎龍穴圖

NGHỊCH KỴ LONG HUYỆT ĐỒ

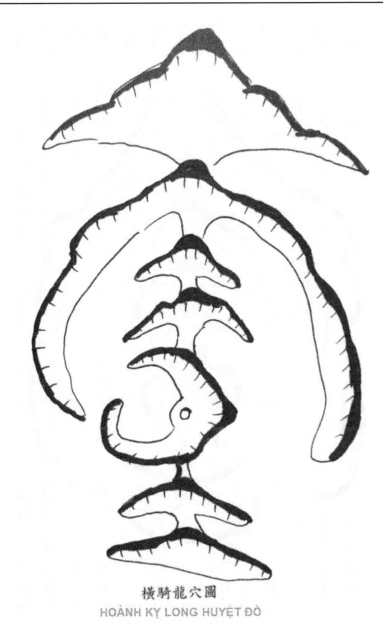

横騎龍穴圖

HOÀNH KỴ LONG HUYỆT ĐỒ

Căn cứ theo Địa lý Chính Tông thì Loan đầu và Lý khí phải đi đôi với nhau. Nếu học Địa lý chỉ chú trọng đến Loan đầu mà không để ý đến Lý khí thì nhiều khi an táng hài cốt Tổ Tiên vào nơi Hung địa gọi là Tử huyệt gây tai họa cho con cháu.

Trái lại nếu chỉ chú ý đến Lý khí mà không táng vào nơi có huyệt thì sự tốt xấu không linh ứng. Các Chân Sư gọi Loan đầu hình thể là Thể và Lý khí là Dụng. Các Ngài thường nhắc nhở hậu học "Thể vô Dụng bất hiển, Dụng vô thể bất linh".

Hỏi: Xin cho biết sơ qua về hình thể với 4 yếu tố Long, Sa, Thủy, Huyệt?

Đáp: Long là rặng núi còn có thể phân ra long cường, long nhược, Sinh long, Tử long. Long cường là rặng núi có thế đi dũng mãnh. Long nhược trái lại thế đi yếu đuối không có các sa nghinh tống hộ tòng. Sinh long là rặng núi mà thế đi như con rắn bò ngoằn ngoèo. Tử long là thế long đi như con lươn chết. Sa là các ngọn núi theo hộ vệ long, thường phân ra hộ tống sa là ngọn núi đi theo long. Nghênh tống sa là ngọn núi đi nghịch theo chiều long đi như có vẻ đón tiếp long có nhiều hộ tống nghênh tống sa là quý long. Thủy là nước đi theo long thường phân ra Lai thủy là nơi nước chảy đến, Khứ thủy là nơi nước chảy đi, tụ thủy là nơi nước tụ họp lại, minh đường thủy là thủy tụ ở trước mặt huyệt. Huyệt là nơi hai khí Âm Dương giao thoa thành hình thể như Oa Kiềm Nhũ Đột và cũng là nơi dùng để an táng hài cốt.

ĐỆ TAM TẢ CHI NAM GIẢN
GIÁNG TẠI CHÍ LINH HUYỆN
(Đế Vương Đại Địa)

Chí Linh tả chi Địa
Nam Giản vi tối linh
Thế tòng Am phụ giáng
Mạch tựu doanh giang thành
Âm lai Dương Thủy thụ
Lão tận nộn phương sinh
Hổ hồi Thiên phái Thủy
Châu kiến lục Long tranh
Sơn lập quần phong trĩ
Thủy lưu bách chiết vinh
Đường tiền lưu cửu khúc
Cung hậu liệt Thiên binh
Bách Thần khê tảng chí
Thiên Quan hướng diện nghinh
Sinh Đế Vương quý khí
Quốc tộ bảo thanh minh
Cầu kỳ Long bất khu
Vị nhược trung chi đồng
Thử Địa Thần dĩ mai bạch Ngưu lập ư ngũ phương
tịnh đồng tỏa hạ yểm

(Nguồn: An Nam Cửu Long Kinh)

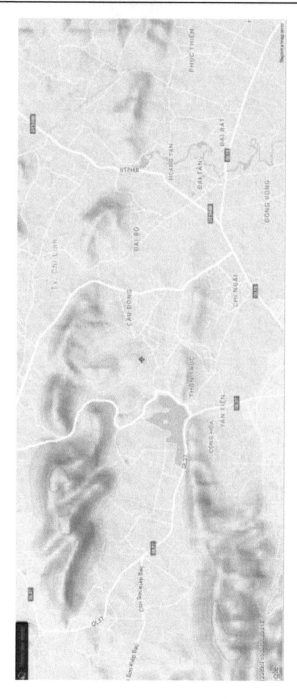

(Rốn Cô Tiên – Oa)

Hỏi: Xin cho biết các chứng ứng khi kết huyệt?

Đáp: Huyệt kết thường phải được tàng phong tụ thủy cho nên huyệt thường được nuôi dưỡng bằng nước ở Minh đường trước mặt. Bốn chung quanh huyệt cũng được che chở bởi Án trước mặt hay còn gọi là Chu Tước. Sau lưng có núi che chở hay còn gọi là Huyền Vũ. Bên tay trái có núi che hay còn gọi là Thanh Long và bên tay phải có núi che còn gọi là Bạch Hổ. Ngoài ra phép điểm huyệt luôn luôn bí mật chỉ được khẩu thụ tâm truyền và nhãn truyền giữa Thầy và Trò mà thôi.

Hỏi: Xin cho biết "Hoành long kết huyệt" như thế nào?

Đáp: Theo thế đi của Long và Hướng của huyệt kết ta có thể phân ra các thế khác nhau như: Thuận long, Hoành long và Hồi long. Hoành long là long đến từ bên tay mặt hay tay trái của huyệt kết. Thuận long là long đến từ phía sau huyệt kết. Hồi long cố tổ là khi kết huyệt lại quay mặt về tổ sơn.

(Minh đường Tổ Mộ dòng họ Vũ Trí, đã phát 18 đời Quận Công)

(Mạch kết huyệt Phúc Thử - Hà Nam)

Hỏi: Xin cho biết Quý long và Hung long như thế nào?

Đáp: Trên nguyên tắc long từ khởi tổ đến nơi kết huyệt phải thoát bỏ đi hết sát khí là Quý long. Ví dụ mỗi đốt long đi lại khai ra hai dẫy núi đối với nhau như lá ngô trên thân cây ngô và liên tiếp như vậy ít ra được ba đốt là "Ngô đồng long cách". Ngoài ra còn có các quý long cách khác như "Quyển liêm", "Thược Dược chi", "Liên châu", "Liên hoa tam niệu".

Trái lại Hung long thì sát khí không được trừ mà dẫn thẳng đến nơi kết huyệt. Ví dụ Từ Tổ sơn dẫn đến huyệt cứ thẳng như cây gậy không sinh động ngoằn ngèo hay cao thấp nhấp nhô như thế còn có thể gọi là Tử long hay Long chết. Các Hung long còn có Thoái long, Bệnh long, Nghịch long và Quỷ long.

Hỏi: Trong Địa lý thường nói đến "Hồi long cố tổ" xin cho biết làm sao để nhận xét ra được?

Đáp: Long bắt đầu từ tổ sơn dần xuống Thiếu tổ sau đến Phụ mẫu sơn cuối cùng khi kết huyệt lại quay đầu hướng về Tổ sơn. Đất "Hồi Long Cố Tổ" nên được phân biệt với "Đảo kỵ long" cách khi kết huyệt cũng chầu về Tổ sơn nhưng thủy lại triền về phía sau lưng huyệt.

Hỏi: Khi thủy khứ ở sau lưng huyệt Tam hợp Trường sinh Thủy pháp dù với Chính cục, Tá cục và Biến cục đều không phù hợp. Môn phái Huyền Không có thể thu dùng được hay không?

Đáp: Sơn và Thủy có thể ở bất cứ chỗ nào trong tám quẻ 24 sơn. Nhưng khi điểm được huyệt sơn và thủy tính theo huyền không lý khí nếu Sinh Vượng hợp thời hợp vận thì có ảnh hưởng tốt dùng được, ngoài ra nghịch thời trái vận là ảnh hưởng xấu ta nên tránh.

Hỏi: Xin cho biết các sách dạy về Loan đầu hình thể?

Đáp: Các sách về Loan đầu thường không bí hiểm. Như bộ "Địa Học Thám Nguyên" của Trầm Hạo dùng Ngũ hành Kim thể, Mộc thể, Thủy thể, Hỏa thể, Thổ thể để luận. Bộ "Hám Long Kinh Nghi Long Kinh" dùng Cửu tinh Ngũ hành để luận như Tham lang Mộc Tinh, Cự môn Thổ tinh, Văn khúc Mộc tinh, Lộc tồn Thổ tinh, Liêm trinh Hỏa tinh, Vũ khúc Kim tinh Phá quân Thủy tinh và Tả phụ Hữu bật Thổ tinh.

Hỏi: Xin cho biết các huyệt Kết như thế nào?

Đáp: Thông thường các huyệt kết ở dưới bốn hình dạng là Oa Kiềm Nhũ Đột. Oa Kiềm là huyệt kết theo yếu tố Dương. Nhũ Đột là huyệt kết theo yếu tố Âm. Các sách Địa lý vẽ hình Oa Kiềm Nhũ Đột rất minh bạch rõ ràng nhưng nếu chưa được truyền thụ thì thật là khó mà nhận ra trên mặt đất. Các chân sư thường nói: "một năm khó học xong tìm long, mười năm khó học xong điểm huyệt".

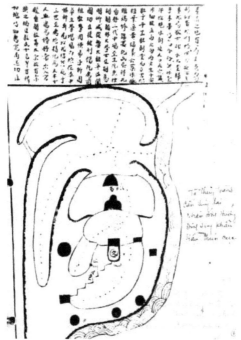

(Nguồn: Lưu xá Hòa Chính bí truyền địa pháp)

Đất Tổ địa cụ Nguyễn-Trãi.

Nhị-khê chi địa hữu nhất cục,cấn long,bính hướng,hình như rắn bắt ngóe,
Hệ hữu-tuyền mão-hợi-mùi,cục này thu hồi mão thủy thượng dưỡng,quy vu mùi
khố,nãi vị hợp cách,nhiên ngoại đường ngộ vị tuyệt thủy chiếu,nên nhân khẩu
yếu vong,tuyệt thủy chiếu đền thì bị không tránh được,lập bính hòa hướng,
sinh ở dần,vượng ở ngọ,sinh vượng chiếu dưỡng nhi lập ngôn,vì mạch đoàn,
an bức,Hoàng-Phúc rằng: Nhị-khê mạch đoàn hòa tham chu dy, Nguyễn-thị tang
đắc thử cục,phát tam đại trung lâm đại học sĩ,đến khi Hồ bị nhà Minh diệt,Theo Lê-thái-Tổ bình ngô khai
quốc công thần,sau bị hình thưởng,Nguyễn vi tiên tổ giao học,sai đệ tử dọn
cỏ ở vườn để lập trường học,học trò thấy trong bãi cỏ,có con bạch xà,dành
đất đuổi diệt tổ của nó,bạch xà tỉnh oán giận,đến đêm cụ ngồi xem sách thấy
có một giọt máu tử trên xà nhà dỏ trúng chữ đại thâm ba trang giấy,sau này
đi chơi gần hồ-tây,gặp ả bạn chiêu giỏi văn thơ ,cụ mang về làm hầu,rồi say
ra chuyện vua Lê qua chơi thăm cụ,ngủ đêm tại nhà cụ rồi tịch,các quan và
triều đình kết án thì vua,phải chu lục,khi chém đến thị-lộ,tức ả bạn chiêu,
nó hóa làm con rắn,mới biết cụ bị án oan,sử có chép rõ chuyện này.
Xem ngôi đất trên của nhà cụ,thì ta biết được mọi việc đều do đất mà ra cả,
vì đất hình rắn nên câu chuyện sảy ra cũng do rắn tác họa,vì bị tuyệt thủy./.

Hỏi: Tại sao loan đầu hình thế không bí hiểm mà điểm huyệt lại cần đến 10 năm?

Đáp: Huyệt là nơi hai khí Âm Dương giao thoa theo nguyên tắc Âm long kết Dương huyệt là Oa Kiềm và Dương long kết Âm huyệt là Nhũ Đột. Những huyệt mà hình thế lớn rất khó tìm. Các Chân Sư dạy rằng "long đi hàng trăm dặm nhưng khi kết huyệt chỉ bằng cái chiếu con". Nếu điểm huyệt mà sai thì Lý khí cũng không dùng được. Có các nhà nghiên cứu thường phải dùng dây để đo lấy trung tâm điểm thật khác với các Chân Sư chỉ dùng cặp mắt quan sát là đã biết huyệt nằm ở chỗ nào.

Hỏi: Cụ Tả Ao có truyền lại các khẩu quyết?
"Khum khum gọng vó chẳng nó thì ai"
"Thè lè lưỡi trai chẳng ai thì nó"
"Thắt cổ bồng phồng ra thì kết"

"Thắt cuống cà sa đít nhện"

Xin cho biết trong Địa lý áp dụng như thế nào?

Đáp: Các câu trên là các lời tóm tắt chỉ cho người sau dễ tìm đến nơi có huyệt. Tuy nhiên các gọng vó, lưỡi trai, đít nhện, cổ bồng phồng ra rất là to lớn nếu không được Minh Sư truyền thụ khó mà nhận ra huyệt nằm ở chỗ nào. Sau đó khó hơn nữa là phải lập hướng theo Hà Đồ Lạc Thư. Cuối cùng lại phải tùy theo "Thức chưởng mô" để phân định cát hung.

(Một thế đất tại Cần Kiệm, Thạch Thất, Hà Tây)

Hỏi: Xin cho biết đại cương về nguyên tắc điểm huyệt?

Đáp: Thông thường kết theo Oa Kiềm Nhũ đột. Oa kiềm là Dương, Nhũ đột là Âm. Đã có Âm và Dương thì sau đó lại phân Thái Thiếu to nhỏ để chuyển Lưỡng Nghi thành Tứ Tượng gồm Thái Âm Thiếu Âm và Thái Dương Thiếu Dương. Nhũ đột lớn là Thái Âm. Nhũ đột nhỏ là Thiếu Âm. Oa kiềm lớn là Thái Dương. Oa kiềm nhỏ là Thiếu Dương. Sau đó lại áp dụng Dịch lý là "Âm cực biến Dương, Dương cực biến Âm" hay "Cùng tắc biến, biến tắc thông". Huyệt là nơi Động xứ hay Thông xứ.

Hỏi: Xin cho biết 120 câu "Dã đàm ca" của cụ Tả Ao có giá trị như thế nào?

Đáp: "Dã đàm ca" có giá trị về hình thể. Như muốn con cháu sống lâu thì huyệt phải có Huyền vũ cao dầy muốn con cháu giàu có thì Minh đường phải có thủy tụ. Tuy nhiên đó chỉ là những yếu tố cần chứ chưa gọi là đủ được. Sau đó phải đem áp dụng Lý khí Chánh Tông xét xem thế đất này có hợp thời hợp vận hay không.

Hỏi: Môn phái Tam Hợp thường chú trọng đến Long nhập thủ và nơi Thủy khứ. Lý khí Chánh Tông có để ý đến các nơi này không?

Đáp: Tam hợp môn phái dùng vòng Trường sinh để nhận định long lai thủy khứ. Lý khí Chánh Tông cũng để ý đến những nơi này nhưng qua một lối nhìn khác căn cứ vào Động Tĩnh. Nguyên tắc Động Tĩnh được các Chân Sư chia ra 2 phần. Áp dụng vào hình thể thì lai Long nhập thủ và nơi Thủy khứ là những nơi Động xứ. Sau đó phải đem Động Tĩnh của lý khí áp dụng vào. Nếu long nhập thủ hợp thời hợp vận thì phát về đường con cái. Hợp thời hợp vận là Động dùng được không hợp thời vận là Tĩnh không dùng được. Các Chân Sư thường nhắc nhở "Chỉ nằm trong hai chữ Âm Dương Động Tĩnh mà thôi".

Hỏi: Các nhà nghiên cứu Địa lý từ xưa đến nay đều căn cứ vào "Cửu long kinh" để tầm long điểm huyệt. Xin cho biết điều này có cần thiết hay không?

Đáp: Đối với những người nghiên cứu thì cần thiết. Trái lại đối với các Chân Sư thì xứ xứ nơi nơi đều dùng được. Có sơn thu sơn, có thủy thu thủy, có phong thu phong,... Sau đó áp dụng lý khí tính toán sự tốt xấu như thế nào. Thu được sơn phát đinh, thu được phong và thủy phát tài. Rồi xét hỏi người xin đất muốn cầu tài hay cầu đinh mà sử dụng.

Hỏi: Lại có một số người nghiên cứu căn cứ vào hình dạng cuộc đất theo loài cầm thú Hổ, Phượng, Ngưu, Xà để điểm huyệt. (Ngưu hình khán phúc trung, Tượng hình khán khổng tụy, Điểu phi huyệt tại túc). Xin có biết ý kiến?

Đáp: Nguyên tắc căn bản là "Long chân Huyệt đích". Nếu chỉ căn cứ vào những hình dạng cầm thú để nhận huyệt thì không thể tránh khỏi sai lầm.

Hỏi: Xin cho biết "Phong yêu Hạc tất" là gì?

Đáp: Phong yêu là lưng ong. Hạc tất là gối hạc cũng như Mã tích là dấu chân ngựa. Các danh từ này đề cập đến nhập thủ mạch hay là mạch dẫn khí vào nơi có huyệt kết. Khi mạch dẫn vào huyệt nhỏ ngắn và chỗ thổi khí phồng to thì gọi tắt là Phong yêu. Khi mạch dẫn có hai đoạn ở giữa có đốt như gối hạc thì gọi là Hạc tất. Khi mạch dẫn là những ụ đất nhỏ không thẳng hàng như dấu chân ngựa thì gọi là Mã tích.

Hỏi: Câu "Nhập sơn Tầm thủy khẩu" có ý nghĩa như thế nào?

Đáp: Thủy khẩu là nơi nước thoát đi của cuộc đất. Nếu thủy khẩu có lưu khí thì các Chân Sư đoán biết thế nào cuộc đất sẽ kết huyệt lớn. Các danh từ như "Bắc thần trấn thủy khẩu", "Hoa biểu tinh", "Nhật nguyệt hãn môn", "Quy xà hãn môn" đều chỉ các ngọn núi nằm chắn tại Thủy khẩu với mục đích giữ khí lưu lại trong cuộc đất và do đó sẽ kết huyệt to. Nhập sơn là vào núi có ý là khi đi tìm đất kết và Tầm thủy khẩu là nên chú ý tìm xem thủy khẩu. Và Tầm thủy khẩu là nhắn bảo Địa Sư lưu ý trước hết là nhận xét về Thủy khẩu. Do cục bộ của Thủy khẩu mà ta biết rằng có hay không có huyệt, huyệt to hay nhỏ, kết trực kết hoành hay đảo ky. Thủy khẩu còn có tên là Thành Môn. Huyệt kết ở trung ương so với bốn phương tám hướng nên Bát Quái gọi là Bát Quốc. Bao quanh tám nước cẩn mật như thành lũy chỉ có một cửa ra vào thông khí nên vượng khí vào huyệt cũng là do lối Thành Môn. Trong Địa lý thường gọi là Mã hay Khố, nếu không có chính Mã thì phải tìm tá Mã hay Thủy Khẩu phụ. Vì lẽ Long, Hướng và Thủy phải thành Tam hợp thì mới định được huyệt như các Chân Sư thường căn dặn học trò "Long hợp Hướng, Hướng hợp Thủy, Thủy hợp tam cát vị". Đó mới là Chân Tam Hợp phù hợp với lý huyền vi của Hà Đồ Lạc Thư Tiên Thiên Hậu Thiên chứ không phải là Sinh long lập Vượng hướng Thủy tiêu mộ khố hay tá khố của Trường sinh Thủy pháp trong môn phái Tam hợp.

Cũng nên biết thêm môn phái Tam hợp ngoài Trường sinh thủy pháp phân ra chính khố, tá khố và biến khố còn có Tiểu Trường sinh Thủy pháp. Tam hợp môn phái cũng phân ra Trường sinh thủy pháp là Hậu Thiên thủy pháp và Tiểu Trường sinh là Tiên Thiên thủy pháp nhưng chỉ là tên gọi chứ không thực sự căn cứ vào Hà Đồ Lạc Thư. Nói tóm lại về Lý thì Tam hợp vẫn đúng nhưng phương pháp thì sai.

LONG CÁCH ĐỒ

Nguồn: Ngọc Tủy Chân Kinh

THƯỢC DƯỢC CHI LONG CÁCH

枝脚长短不对而脉穿心

CHI CƯỚC TRƯỜNG ĐOẢN BẤT ĐỐI NHI MẠCH XUYÊN TÂM

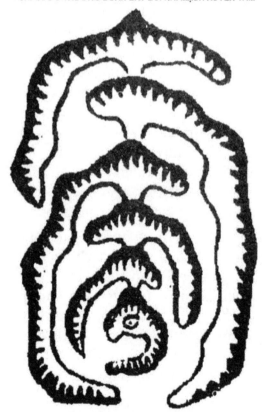

苟药枝龙格

TIẾN LONG CÁCH

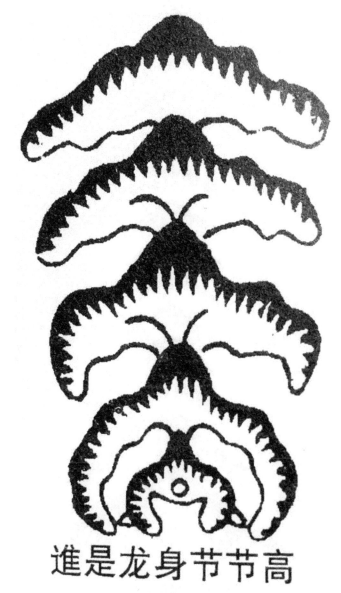

進是龙身节节高

TIẾN THỊ LONG THÂN TIẾT TIẾT CAO

退龙图
THOÁI LONG ĐỒ

THOÁI THỊ TIỆM TIÊU ĐIÊU
退是渐消條

KIÊM GIA CHI LONG CÁCH

蒹葭枝龙格

NHÁNH CỎ LAU LONG CÁCH

NGÔ ĐỒNG LONG CÁCH

梧桐枝龙格

NGÔ ĐỒNG CHI LONG CÁCH

SINH LONG ĐỒ

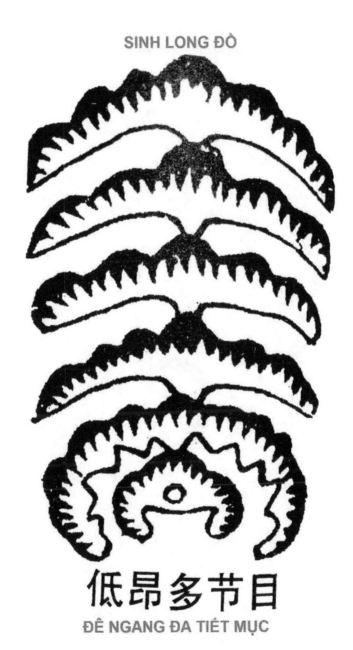

低昂多节目

ĐÊ NGANG ĐA TIẾT MỤC

福龙图

PHÚC LONG ĐỒ

顺龙图

THUẬN LONG ĐỒ

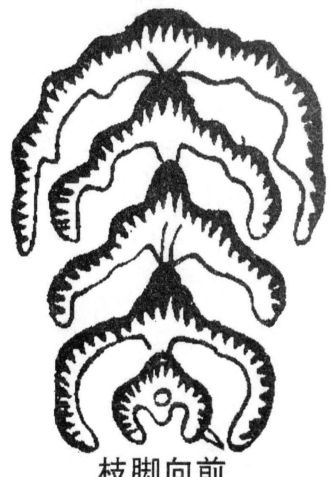

枝脚向前

CHI CƯỚC HƯỚNG TIỀN

强龙图

CƯỜNG LONG ĐỒ

弱龙图

NHƯỢC LONG ĐỒ

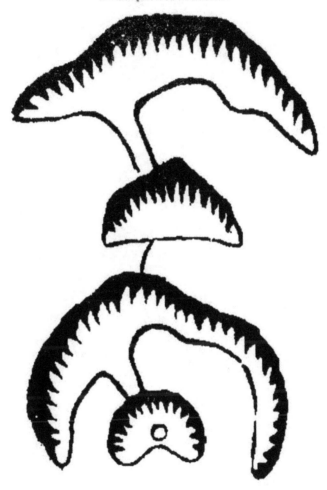

杀龙图

SÁT LONG ĐỒ

逆龙图
NGHỊCH LONG ĐỒ

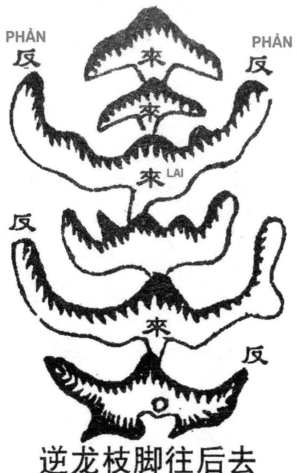

PHẢN 反　　　　PHẢN 反

來
來
反　　　　反
來 LAI

反
來
反

逆龙枝脚往后去
NGỊCH LONG CHI CƯỚC VĂNG HẬU KHỨ

劫龙图

KIẾP LONG ĐỒ

病龙图

BỆNH LONG ĐỒ

同病龙过脉被伤害

ĐỒNG BỆNH LONG QUÁ MẠCH BỊ THƯƠNG HẠI

后病龙图

HẬU BỆNH LONG ĐỒ

死龙图

TỬ LONG ĐỒ

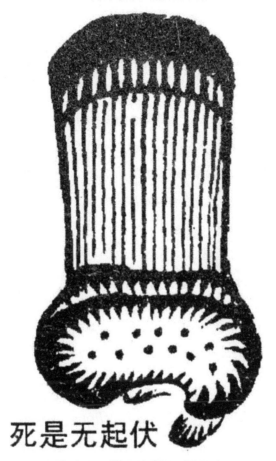

死是无起伏

TỬ THỊ VÔ KHỜI PHỤC

LÝ KHÍ

"Quản Quách di văn đa ngụy thác
Dương Tăng khẩu quyết thế gian vô
Nhược bất truyền tâm tịnh truyền nhãn
Thanh Nang vạn quyển tổng mơ hồ"

Tạm dịch: Các Sách lưu truyền lấy tên Quản Đi Ngô và Quách Cảnh Thuần phần nhiều là do người đời sau viết. Khẩu quyết của Dương Quân Tùng và Tăng Công An trên thế gian không có lộ ra ngoài. Nếu không có cơ duyên được truyền tâm (khẩu thụ tâm truyền) và truyền nhãn (thực tập xem tận mắt) thì đọc Kinh Thanh Nang một vạn lần cũng vẫn mơ hồ chẳng hiểu gì.

HÀ ĐỒ - LẠC THƯ

Theo truyền thuyết thời vua Phục Hy ở sông Hoàng Hà Trung Quốc có con Long mã hiện lên, trên lưng nó có những đốm tạo thành từng nhóm. Vua Phục Hy thấy vậy bèn bắt chước mà vẽ ra tám Quẻ. Những hình đốm trên con Long mã đó người ta gọi là Hà Đồ (Đồ hình trên sông Hà). Người ta cũng cho rằng, Hà đồ là sách mệnh trời ban cho Vua Phục Hy để trị thiên hạ. Long mã là loài ngựa thần trong truyền thuyết dân gian, hình thù như con rồng, mình xanh lục, có văn đỏ.

Khổng An Quốc cho rằng: "Hà đồ là khi họ Phục Hy làm vua thiên hạ, có con Long mã hiện ở Sông Hà, họ bèn bắt chước cái văn của nó để vạch ra tám Quẻ (Tám Quẻ hay Bát Quái).

Cũng theo truyền thuyết, vua Hạ Vũ nhân đi trị thủy sông Lạc (Sông Lạc Thủy), nhìn thấy một con rùa vàng trên mai có những chấm và vạch bố trí như một bức đồ, đã gợi ý cho nhà Vua nhiều ý kiến thực tiễn tốt. Ông cho rằng trời đã ban cho mình bức đồ thư trên mai con rùa. Do đó mà được đặt tên là Lạc Thư.

Theo Khổng An Quốc: "Lạc Thư là khi vua Vũ, hay vua Hạ Vũ trị thủy, chữa được nước lụt, có thấy con rùa thần đội văn, trên lưng có số tới chín, vua Vũ bèn nhân đó mà xếp thứ tự thành ra chín loài.

Lưu Hâm nói rằng: "Họ Phục Hy nối trời làm vua, nhận đồ sông Hà mà làm ra nét, đó là tám Quẻ. Vua Vũ chữa được nước lụt, trời ban cho thư sông Lạc, vua ấy bắt chước thư đó xếp thành từng loại.

Vua Phục Hy là một ông vua Trung quốc thời Thượng cổ, hiện không thể biết xuất hiện từ những năm nào. Có tài liệu cho là từ 4477 – 4363 Tr.CN.

Vua Hạ Vũ là ông vua đầu nhà Hạ, trước tây lịch hơn 2000 năm. Có tài liệu cho là từ 2205 – 2167 tr.CN.

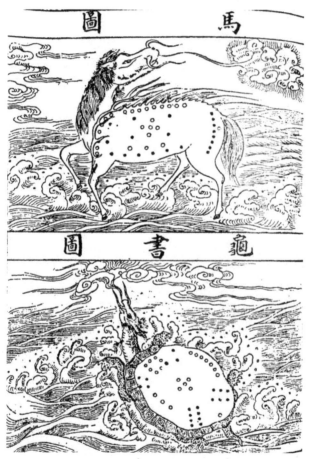

(Long Mã đồ và Quy Thư đồ)

Tất cả những truyền thuyết về Hà đồ, Lạc thư cho tới ngày nay chỉ là vậy, đều mang màu sắc thần bí. Đây là đặc trưng phổ biến của người Trung Quốc, họ muốn thần bí hóa, làm cho tăng tính "Thần linh, Linh thiêng", để dễ bề cai trị thiên hạ. Thực chất Hà đồ, Lạc thư được vẽ lên, phát hiện ra từ trong quan trắc hiện tượng thiên nhiên.

Sách viết: "Thị cố thiên sinh thần vật, thánh nhân tắc chi, thiên địa biến hóa, thánh nhân hiệu chi. Thiên thùy tượng, hiện cát hung, thánh nhân tượng chi. Hà xuất đồ, Lạc xuất thư, thánh nhân tắc chi".

Dịch là: "Cho nên trời sinh ra thần vật, thánh nhân áp dụng theo. Trời đất biến hóa, thánh nhân bắt chước. Trời bày ra hình tượng, hiện ra sự tốt xấu, thánh nhân phỏng ra ý tượng. Bức đồ hiện ra ở sông Hoàng hà, hình chữ hiện ra ở sông Lạc, thánh nhân áp dụng theo".

Thời chưa có chữ viết, nên con người dùng ký tự, ký hiệu để ghi nhớ, cấu tạo cũng phải đơn giản, dễ hiểu, tiện lợi cho việc lưu truyền mà thôi. Nó cũng là những ký hiệu văn tự đầu tiên của một bộ phận loài người cổ.

1. Hà đồ.

- Ta xem ở Hà đồ thì thấy: 5 con số đầu tiên (từ 1 tới 5) được gọi là số sinh và nó được ấn định trên hệ trục tọa độ không gian nguyên thủy.
- Theo đó, số đầu tiên 1 được xếp ở vị trí Phía Bắc, 2 Nam, 3 Đông và 4 Tây, 5 ở giữa.
- Từ 5 số sinh này tạo ra 5 số "Thành" theo từng cặp. số 1 sinh 6 thành; 2 sinh 7 thành; 3 sinh 8 thành, 4 sinh 9 thành và 5 sinh 10 thành.
1-6 là Thủy khắc 2-7 là Hỏa, 2-7 là Hỏa khắc 4-9 là Kim, 4-9 là Kim khắc 3-8 là Mộc, 3-8 là Mộc khắc 5-10 là Thổ, 5-10 là Thổ lại khắc 1-6 là Thủy. Như thế là thứ tự của Ngũ hành tương khắc.

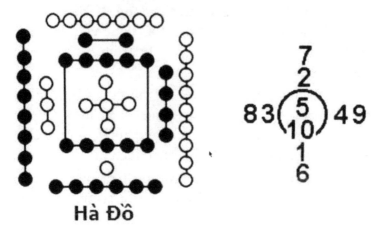

Hà Đồ

(Hình Hà đồ cổ chỉ có dấu chấm đen và trắng,
biểu thị Âm Dương)

Hay:

Thiên nhất sinh Thủy, Địa lục thành chi.
Địa nhị sinh Hỏa, Thiên thất thành chi.
Thiên tam sinh Mộc, Địa bát thành chi.
Địa tứ sinh Kim, Thiên cửu thành chi.
Thiên ngũ sinh Thổ, Địa thập thành chi.

Và:

Thiên tôn địa ti, Dương Cơ Âm Ngẫu.
Nhất Lục cộng tông, Nhị Thất đồng đạo,
Tam Bát vi bằng, Tứ Cửu vi hữu,
Ngũ Thập đồng đồ. Hạp tịch Cơ Ngẫu,
Ngũ triệu sinh thành, lưu hành chung thủy;

Như vậy Ngũ Hành đã được định cùng với 5 cặp số Sinh Thành ra chúng, có vị trí Tiên Thiên theo đúng các hướng của các cặp số:

1-6:   Hành Thủy, phương Bắc.

2-7:   Hành Hỏa, phương Nam.

3-8:   Hành Mộc, phương Đông.

4-9:   Hành Kim, phương Tây.

5-10: Hành Thổ, ở Trung Tâm.

Năm cặp Sinh thành, Âm Dương, Chẵn Lẻ này đã được định vị trong một hệ trục tọa độ ban đầu (Đông Tây Nam Bắc). Đó cũng chính là "cái thể" Tiên thiên của các con số. Giá trị của nó là cân bằng giữa hai miền Âm Dương:

+ Tổng số Âm   : 2 + 4 + 6 + 8 + 10 = 30.

+ Tổng số Dương   : 1 + 3 + 5 + 7 + 9 = 25.

Nhưng lại không cân bằng theo các hướng:

+ Trục Tung   : 7 + 2 + 1 + 6 = 16.

+ Trục Hoành   : 8 + 3 + 9 + 4 = 24.

Và cũng cân bằng theo tính Âm Dương.

+ Đông là Âm ngoài dương trong đối với Tây là Âm trong Dương ngoài;

+ Nam Dương ngoài âm trong đối với Bắc Âm ngoài dương trong.

Có lẽ cũng chính vì sự mất cân bằng này mà mới tạo ra "cái dụng" của các con số Hậu Thiên. Thể hiện sự vận động tự nhiên để tiến tới sự cân bằng về các hướng trong Lạc thư. Các số thuộc "Số thành" của Hà đồ thể hiện nguyên lý "Tâm truyền", tức đều do hai con số 5 và 10 ở "Trung tâm" mà ra. Các số dương thì bắt đầu từ số 5 theo chiều thuận (là chiều lớn dần) lên số 7, rồi 9. số 9 là số cùng cực, gọi là Lão dương. Các số âm thì bắt

171

đầu từ số 10 ở tâm, đi nghịch (nhỏ dần) xuống 8 rồi 6, 6 là con số nhỏ nhất của số thành, nên gọi Lão âm. Đây cũng là lý do mà Dịch gọi hào dương là "Hào cửu", các hào âm là "Hào lục". Đây cũng còn là nguyên lý tại sao trong Phong Thủy rất trọng vấn đề "Thiên tâm", điểm trung tâm, huyệt trường, …

2. Lạc thư:

- Đội chín, đạp 1, trái 3 phải 7, 2 và 4 là vai, 6 và 8 là chân, 5 ở giữa (trung cung).

- Lạc thư là một ma phương biểu thị về sự vận động của các con số tiến tới cân bằng mọi hướng trong không gian.

- Nó không còn như Hà đồ là 4 hướng Đông Tây Nam Bắc (Theo tứ chính) mà ngoài ra còn thêm bốn góc để thành bốn góc (Tứ ngung), xen giữa các hướng của tứ chính, tạo thành 8 hướng (Đông, Đông nam, Nam, Tây nam, Tây, Tây Bắc, Bắc, Đông Bắc).

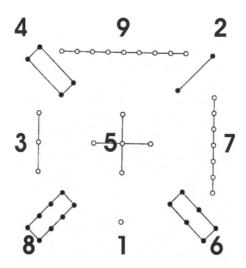

(Hình Lạc thư cổ chỉ có dấu chấm đen và trắng)

172

- Nhìn vào Lạc thư ta thấy:

$$4 \quad 9 \quad 2$$
$$3 \quad 5 \quad 7$$
$$8 \quad 1 \quad 6$$

"Trung Ngũ lập Cực
Lâm chế Bát phương
Bối Nhất diện Cửu
Tam Thất cư Bàng
Nhị Bát Tứ Lục
Tung Hoành Kỷ Cương"

Nếu cộng tất cả các chiều xuôi, ngược, dọc, ngang của đồ hình Lạc thư thì kết quả (số thành) vẫn là 15. Mà 15 - 10 = 5. Vậy nên, con số 5 là con số Thái Cực ở trung cung, sinh hóa ra vạn vật.

Những vị trí và con số của Lạc Thư và Tiên Hậu Thiên Bát Quái có một giá trị rất cao đối với những khoa thực dụng, như: Lý-Mệnh-học, Toán-học, Hóa-học v.v... Vì huyền nghĩa của nó đã gồm thâu toàn bộ vũ trụ vào trong ấy. Triết học cổ Đông phương nói chung và Dịch Học nói riêng rất xem trọng những con số, phương hướng và vị trí của những con số trên.

Lạc thư biểu thị những số lẻ (dương) đóng ở trục chính (Tứ chính), 1 – 9 ở Bắc Nam; 3 – 7 ở Đông Tây. Còn những số chẵn ở bên cạnh (Tứ ngung), như 4 – 6 ở Đông Nam – Tây Bắc; 2 – 8 ở Tây Nam – Đông Bắc. Có thuyết cho rằng, những số ở tứ chính là số cực

Dương, khi kết hợp với số Ngũ (Trung cung) thì sinh ra số ở tứ Ngung là số âm. Lấy số Dương căn bản là 5 cộng với số Dương 1, 3, 5, 7, 9 thành ra số Âm 6, 8, 4, 2.

+ 5 + 9 = 14 (Trừ 10 còn lại 4, nên số 4 ở liên tiếp với số 9).

+ 5 + 3 = 8 (Cho nên số 8 ở liên tiếp với con số 3).

+ 5 + 1 = 6 (Cho nên số 6 ở liên tiếp với số 1).

+ 5 + 7 = 12 (Trừ 10 còn lại 2, nên số 2 ở liên tiếp với con số 7).

Lạc thư cân bằng các hướng (Cộng đều bằng 15), nhưng lại không cân bằng Âm Dương. Âm là 30, dương 25. Trật tự các con số theo ma phương Lạc thư, người xưa cho đó là quỹ đạo tất yếu của các con số để tiến tới thăng bằng các chiều trong không gian. Vạn vật trong trời đất cũng phải tuân theo quỹ đạo đó để tiến hóa.

TIÊN THIÊN
VÀ HẬU THIÊN BÁT QUÁI

Chu Hy nói: "Dịch học gốc ở Hà đồ, Lạc thư, gốc ở vạch Quẻ". Đến nay, phần lớn các môn Thuật số nói chung, Phong Thủy nói riêng cũng đều lấy đó làm căn bản.

Dịch Kinh viết: "Dịch hữu Thái Cực, thị sinh Lưỡng nghi, Lưỡng nghi sinh Tứ tượng. Tứ tượng sinh Bát quái".

Nguyên lý của dịch là: Dịch có Thái cực, Thái cực sinh lưỡng nghi, Lưỡng nghi sinh tứ tượng, tứ tượng sinh Bát quái.

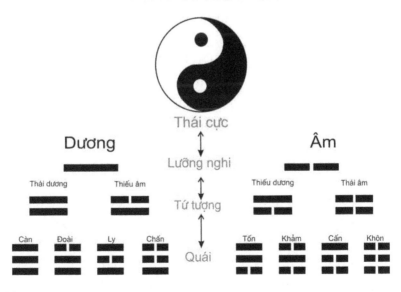

ĐỒ HÌNH THÁI CỰC

Thái cực là Âm Dương chưa phân, vũ trụ còn thời kỳ hỗn độn. Chu dịch viết: Gọi là Thái cực vì bao la đến vô cùng, vô tận. Đến cực điểm tất sẽ thay đổi, đến Thái cực tất sẽ phân hóa thành Âm Dương, hình thành Trời Đất, hoặc là bản thân thiên thể có cả Âm, cả Dương. Phân Âm, Dương là thành Lưỡng nghi. Lưỡng nghi tức là Trời và Đất. Lấy Dương (vạch liền -) thay cho Trời, lấy Âm (hai vạch đứt - -) thay cho Đất. Hào Âm, hào Dương này chính là ký hiệu cơ bản nhất làm thành Bát quái.

Lưỡng nghi sinh Tứ tượng, tức Âm Dương trùng nhau, Âm Dương giao nhau mà thành. Ví dụ: Hào dương kết hợp với hào dương thành Thái Dương (Hào Dương ở dưới và ở trên cũng là hào Dương); Hào Dương kết hợp với hào Âm thành Thiếu Âm (Hào Dương ở dưới, hào Âm phát triển ở trên); Hào Âm với hào Âm thành Thái Âm (Hào Âm ở dưới và ở trên cũng là hào Âm); Hào Âm với hào Dương thành Thiếu Dương (Hào Âm ở dưới và hào Dương mới phát triển ở trên). Bởi vậy, thuần Dương là Thái Dương, thuần Âm là Thái Âm. Một Âm trên một Dương là Thiếu âm, một Dương trên một Âm là Thiếu Dương.

Tứ tượng này cũng tượng trưng cho tứ phương, cũng là bốn mùa Xuân Hạ Thu Đông, tức tứ thời. Tứ tượng sinh Bát quái, thực chất vẫn là Âm Dương trùng hợp mà thành. Cao Hanh nói: "Thiếu Dương, lão Dương, thiếu Âm, lão Âm vẫn tượng trưng cho tứ Thời, Bát quái chính là bốn cái đó tạo thành".

Bát quái gồm: Càn, Đoài, Ly, Chấn, Tốn, Khảm, Cấn, Khôn. Quái Càn gồm 3 vạch liền có tượng là Trời nên gọi là Càn vi Thiên. Quái Đoài gồm một vạch đứt ở trên, hai vạch liền ở dưới, có tượng là Đầm lầy nên gọi là Đoài vi Trạch. Quái Ly gồm hai vạch liền ở trên và dưới, giữa là vạch đứt, có tượng là lửa nên gọi là Ly vi Hỏa. Quái Chấn gồm hai vạch đứt ở trên, một vạch liền ở dưới, có tượng là sấm nên gọi là Chấn vi Lôi. Quái Tốn gồm hai vạch liền ở trên, một vạch đứt ở dưới, có tượng là gió nên gọi là Tốn vi Phong. Quái Khảm gồm hai vạch đứt ở trên và dưới, một vạch liền ở giữa, có tượng là nước, nên gọi là Khảm vi Thủy. Quái Cấn gồm hai vạch đứt ở dưới, một vạch liền ở trên, có tượng là núi nên gọi là Cấn vi Sơn. Quái Khôn gồm 3 vạch đứt, có tượng là đất, địa nên gọi là Khôn vi Địa.

(Đồ hình Tiên Thiên Bát Quái)

THỨ TỰ TIÊN THIÊN BÁT QUÁI

TT	1	2	3	4	5	6	7	8
Quái	CÀN	ĐOÀI	LY	CHẤN	TỐN	KHẢM	CẤN	KHÔN
Phương	Nam	Đ.Nam	Đông	Đ.Bắc	T.Nam	Tây	T.Bắc	Bắc
Tứ Tượng	Thái Dương		Thiếu Âm		Thiếu Dương		Thái Âm	
Âm/Dương	Dương				Âm			

Thuyết quái truyện viết: "Thiên địa định vị. Sơn trạch thông khí. Lôi phong tương bạc. Thủy Hỏa bất tương xạ. Bát quái tương thác".

+ Kiền Khôn đối (Thiên địa định vị).

+ Cấn Đoài đối (Sơn trạch thông khí).

+ Chấn Tốn đối (Lôi Phong tương bạc).

+ Khảm Ly đối (Thủy Hỏa bất tương xạ)

Tuy ở vào vị trí đối nhau, nhưng thực ra không có kình chống nhau, mà ngược lại, lại hỗ trợ lẫn nhau. Trời trên, Đất dưới định tôn ti. Núi đầm thông khí. Nước trên núi tuôn xuống đầm hồ. Nước đầm hồ bốc lên núi thành mây, thành mưa. Gió, Sấm tăng cường hỗ trợ lẫn nhau. Nước, Lửa không chống đối nhau. Thế cho nên, tám Quẻ giao thoa, tác dụng lẫn với nhau, mà sinh ra mọi hiện tượng.

*** Hậu Thiên Bát Quái**

Nhất (1) Khảm
Nhị (2) Khôn
Tam (3) Chấn
Tứ (4) Tốn
Ngũ (5) Trung
Lục (6) Càn
Thất (7) Đoài
Bát (8) Cấn
Cửu (9) Ly

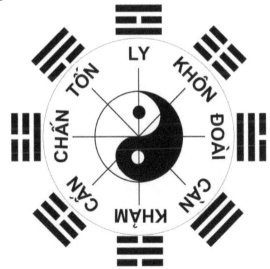

Hậu Thiên Bát Quái

179

Đế xuất hồ Chấn: Vũ trụ vận động bắt đầu từ Quẻ Chấn (Quẻ Chấn là phương Đông, lệnh của tháng 2, mùa Xuân, mặt trời phương Đông mọc lên, là thời kỳ tỏa chiếu cho vạn vật sinh trưởng).

Tề hồ Tốn: Vận hành đến Quẻ Tốn, vạn vật đã đầy đủ, hưng vượng (Quẻ Tốn là Đông Nam, lệnh của tháng 3 tháng 4, mặt trời đã lên cao, chiếu rọi vạn vật rõ ràng).

Tương kiến hồ Ly: Quẻ Ly là tượng trong ngày ánh sáng rực rỡ, mọi vật đều thấy rõ (Quẻ Ly là phương Nam lệnh của tháng 5, chính là lúc mặt trời ở trên cao, nhìn rõ mọi vật đang sinh trưởng).

Trí thiết hồ Khôn: Thiên đế (chỉ vũ trụ) giao cho đất (Khôn) trọng trách (dịch) nuôi dưỡng vạn vật (Quẻ Khôn là phương Tây Nam, lệnh của tháng 6 tháng 7; khôn là đất, nuôi dưỡng vạn vật, thời kỳ vạn vật đã phát triển đầy đủ).

Duyệt ngôn hồ Đoài: là lúc vạn vật tươi vui (thuyết tức tươi vui) bèn ứng ở Quẻ Đoài là phương Tây lệnh của tháng 8, chính là lúc hoa quả trĩu đầy, lúc mừng được mùa).

Chiến hồ Càn: Thời khắc tương ứng với Quẻ Càn, vạn vật mâu thuẫn, đối lập, đấu tranh (Quẻ Càn là phương Tây Bắc, lệnh của tháng 9 tháng 10. Mặt trời đã xuống chân phía Tây, là lúc tối sáng, Âm-Dương đấu tranh lẫn nhau).

Lao hồ Khảm: Khi vũ trụ đã vận hành đến khảm, mặt trời đã lặn, vạn vật mệt mỏi (Quẻ Khảm là phương Bắc, lệnh của tháng 11. Khảm là nước không ngừng chảy, nghĩa là lao khổ. Mặt trời ở phương này hoàn toàn không có, vạn vật đã mệt mỏi, là lúc nên nghỉ).

Thành ngôn hồ Cấn: Vũ trụ vận hành đến Quẻ Cấn là đã hoàn thành một chu kỳ và sắp bước sang một chu kỳ mới (Quẻ Cấn là phương Đông Bắc, lệnh của tháng 12 và tháng Giêng, tức giao thời của Đông và Xuân, đen tối sắp qua, ánh sáng sắp tới, vạn vật đến đây đã kết thúc một ngày, cũng là lúc ngày mới sắp bắt đầu).

Văn Vương đã chỉnh lại bức Đồ hình (Tức vẽ ra bức đồ hình Hậu Thiên) dùng để tượng trưng cho việc thuận sắp bày năm khí Kim, Mộc, Thủy, Hỏa, Thổ".

Sách "Khải Mông Phụ Luận" nói rằng:

"Trên Hỏa dưới Thủy vì vậy 9 là Ly, 1 là Khảm.

Hỏa sinh táo Thổ, vì vậy 8 ở bậc dưới 9 mà là Cấn.

Táo Thổ sinh Kim vì vậy 7, 6 ở bậc dưới 8 mà là Đoài, Càn.

Thủy sinh thấp Thổ, vì vậy 2 tiếp sau 1 mà là Khôn.

Thấp Thổ sinh Mộc, vì vậy 3, 4 tiếp sau 2 mà là Chấn, Tốn.

Lấy 8 số và 8 Quẻ phối với nhau mà vị trí của Hậu Thiên Bát Quái hợp vậy".

Sách dịch tượng ý ngôn của Thái Tiết Trai nói: "Bát quái của Phục Hi là cái lý của tạo hóa sinh ra muôn vật, Bát quái của Văn Vương là cái lý của tạo hóa ứng dụng trong cuộc vận hành. Tiên thiên đồ và Hậu thiên đồ là hai giai đoạn Sinh và Thành của sự vật, còn có ý nghĩa là giai đoạn vô hình và hữu hình của sự vật trong vũ trụ và nhân sinh. Do đó, hậu thiên Bát quái được áp dụng rất phổ biến, rộng rãi trong các môn thuật số. Ứng dụng của nó rất sâu sắc và rất hiệu quả.

Hỏi: Xin cho biết Lý Khí Chánh Tông căn cứ vào những quy luật nào?

Đáp: Lý Khí Chánh Tông đặt nền tảng trên Hà Đồ và Lạc Thư. Các quy luật đều căn cứ vào Kinh Dịch là một bộ kinh gói gém tất cả những tinh hoa của nền Triết lý Đông Phương. Ta có thể tạm liệt kê như sau:

a) Chữ Thời hay yếu tố thời gian phải được áp dụng triệt để. Đúng thời đúng lúc là tốt và không đúng thời đúng lúc là xấu.

b) Vị trí: Đúng vị trí là tốt, không đúng vị trí là xấu. Chỗ đáng lý phải có thủy là tốt mà lại có sơn là xấu và ngược lại. Biến dịch hay thay đổi. Sơn thủy phải luôn luôn được nhìn qua trạng thái Động Tĩnh.

c) Định luật Âm Dương được vận dụng ở các trường hợp:

   - Động Tĩnh: Sơn thủy phân ra Âm Dương Động Tĩnh.

   - Thăng Giáng: Thiên khí hay Dương khí hạ giáng. Địa khí hay Âm khí thượng thăng.

   - Tiêu Trưởng: Âm cực biến dương, Dương cực biến âm. Thịnh Suy Bĩ Thái.

   - Phối hợp: Âm Dương luôn luôn gắn bó và không thể rời xa nhau được.

d) Bát quái Càn Đoài Ly Chấn Tốn Khảm Cấn Khôn và các biểu tượng liên hệ chi phối sự tốt xấu của các thế đất.

e) Thiên Địa Nhân hợp nhất. Thiên Thời Địa lợi Nhân Hòa rất quan trọng trong việc thực hiện Địa lý.

f) Luật Nhân Quả thường được nhắc nhở qua câu "Tiên tích đức, hậu tầm long".

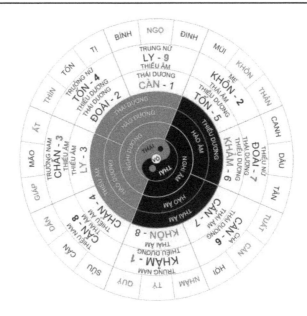

Hỏi: Các vị Thánh Sư xưa kia nghĩ ra môn Địa lý các ngài căn cứ vào đâu?

Đáp: Các ngài căn cứ vào quy luật thông thường chi phối mọi vật trong vũ trụ. Mọi vật đều sinh trưởng theo quy luật Âm Dương. Trong vũ trụ ánh sáng là Dương, bóng tối là Âm. Động là Dương, Tĩnh là Âm nên nước là Dương, núi là Âm. Khí của đất là âm và khí của trời là dương. Sau đó kinh nghiệm thành một học thuyết truyền lại cho hậu học.

Hỏi: Địa lý Phong Thủy còn được gọi là Kham Dư. Xin cho biết Kham Dư là gì?

Đáp: Kham là lề lối của thời gian hay sự vận hành của vũ trụ tinh tú. Dư là lề lối của không gian hay sự xếp đặt của núi non sông hồ. Nói khác đi Kham là đạo trời Dư là đạo đất. Thầy Địa lý hay Kham Dư gia là người

PHONG THỦY NHÀN ĐÀM – TUỆ HẢI

thông hiểu sự phối hợp giữa trời và đất thể hiện qua hiện tượng "Địa linh nhân kiệt".

Hỏi: Xin cho biết Lý Khí đóng vai trò gì trong Địa lý?

Đáp: Lý khí là phần lý đoán tốt xấu kết phát như thế nào của cuộc đất. Nếu chỉ căn cứ vào Long Sa Thủy Huyệt mà an táng hài cốt tổ tiên thì như người đi biển không biết dùng Hải bàn, người lạc vào rừng rậm không có La bàn.

Hỏi: Trong Địa lý về loan đầu hình thể thì bí mật về phép điểm huyệt. Về lý khí thì như thế nào?

Đáp: Về Lý Khí thì hoàn toàn bí mật cho nên mới sinh ra nhiều môn phái Địa Lý. Các học giả nghiên cứu Địa Lý dù suốt cuộc đời hay những gia tộc quyết tâm theo đuổi Địa lý ba bốn thế hệ đều gặp phải bế tắc về Lý Khí. Do đó, nếu không chịu khuất thân bái Sư thụ giáo học hỏi thì đa số đưa đến tình trạng "Tự ngộ ngộ nhân" làm hại mình và hại cho người.

Hỏi: Địa Lý là để cứu đời giúp người tại sao các Chân Sư không viết sách truyền bá học thuật Chính Tông?

Đáp: Các Chân Sư đều tuân theo tôn chỉ cứu đời giúp người nhưng các Chân Sư khi được truyền thụ đều phải thụ giới tuân theo qui luật của môn phái. Một trong những giới luật là không được truyền cho kẻ ác do đó việc truyền bá qua sách vở không thể có. Ngoài ra Địa lý được xem là bảo vật quý giá bao ngàn năm qua và chỉ được truyền thụ cho ai có căn duyên qua "Khẩu thụ tâm truyền".

Hỏi: Xin cho biết đại cương về nguyên tắc kết phát theo Lý Khí Chánh Tông?

Đáp: Lý khí Chánh Tông bắt đầu từ Hà Đồ Lạc Thư sau đó thành Tam Nguyên Cửu Vận. Sơn thì có Sơn vận và Thủy cũng có Thủy vận. Vận được phân ra Sinh Vượng Suy Tử. Đắc thời đúng lúc là Sinh vận Vượng vận. Thất thời không đúng lúc là Suy vận Tử vận. Sơn thuộc Sinh vận Vượng vận phát đinh. Thủy thuộc Sinh vận Vượng vận phát tài. Sơn Thủy phối hợp có văn tinh khoa tinh hội hợp phát khoa giáp, có quan tinh hội hợp phát công danh quan lộc, có tài tinh tụ hội phát đại phú. Các nguyên tắc đắc thời đắc vận phải được phối hợp với Sơn Thủy hay Thể Dụng hợp nhất thì mới nghiệm.

Hỏi: Xin cho biết Hà đồ và Lạc thư liên quan với Địa lý chánh tông như thế nào?

Đáp: Trong Địa lý lý khí chánh tông thì Hà đồ là Thể bài liệt Tiên Thiên Bát Quẻ, Lạc thư do Tiên Thiên biến thành Hậu Thiên Bát Quẻ gọi là Dụng. Hà Đồ quyết định quy luật Âm Dương và Lạc Thư thống lĩnh sự vận chuyển của khí hóa lưu hành hay chữ thời chữ vận.

Hỏi: Hà đồ là Thể, Lạc thư là Dụng. Nhưng Thể và Dụng hợp nhất như thế nào?

Đáp: Hà Đồ Âm Dương đối đãi Kiền Nam Khôn Bắc Ly Đông Khảm Tây Tốn Tây Nam Chấn Đông Bắc Đoài Đông Nam Cấn Tây Bắc. Kiền là cha Khôn là mẹ Ly là Trung nữ Khảm trung nam, Chấn trưởng nam Tốn Trưởng nữ Cấn Thiếu Nam Đoài thiếu nữ. Lạc thư số từ 1 đến 9. Nhất vận thuộc Khảm Nhị vận Khôn Tam vận Chấn cung Tứ vận Tốn Cung 5 vận Trung cung, lục vận

Kiền thất vận Đoài Bát vận là Cấn Cửu vận Ly cung. Hà đồ còn gọi là Tiên Thiên Quẻ và Lạc thư là Hậu thiên Quẻ. Những quẻ Âm như Khôn Tốn Ly Đoài tượng trưng cho địa khí. Những Quẻ Dương như Kiền Chấn Khảm Cấn tượng trưng cho Thiên khí. Tiên thiên Khôn phối hợp với Hậu Thiên Khảm và như vậy Khôn tam hào âm cư cung thứ nhất. Tiên thiên Tốn phối hợp với Hậu Thiên Khôn và như vậy Tốn âm hào tại hạ cư cung thứ hai. Tiên thiên Ly phối hợp với Hậu thiên Chấn và như vậy Ly âm hào ở giữa cư cung thứ ba. Tiên thiên Đoài phối hợp với Hậu thiên Tốn và như vậy Đoài âm hào ở trên cung cư cung thứ tư. Như thế các âm hào lần lượt thăng từ dưới lên trên và từ từ tiến lên từ cung thứ nhất đến cung thứ tư. Đây là những ký hiệu của địa khí hay âm khí thăng lên để giao cảm với thiên khí là những Quẻ Kiền, Chấn Khảm Cấn tiên thiên và <u>Kiền Đoài Cấn Ly</u> Hậu Thiên. Trong đây ta đã thấy có Hà Đồ tiên thiên và Lạc thư hậu thiên hợp nhất thể dụng để phối hợp địa khí và thiên khí.

Hỏi: Xin cho biết đại cương về phương pháp thời gian để tính toán ảnh hưởng tốt xấu của sơn thủy?

Đáp: Phương pháp này đặt căn bản lý luận trên yếu tố Động. Vũ trụ chung quanh ta luôn luôn ở trong trạng thái Động. Một năm có bốn mùa Xuân Hạ Thu Đông, một ngày chia ra sáng trưa chiều tối. Các Chân Sư lấy chu kỳ 180 năm phân ra 3 phần gọi là Thượng nguyên, Trung nguyên và Hạ nguyên. Trong đó mỗi nguyên gồm 3 vận. Như thế, Ta có Tam Nguyên cửu vận hay 180 năm phân ra 9 thời kỳ.

Hỏi: Làm sao biết được phương pháp lý khí Tam Nguyên cửu vận là Chính Tông?

Đáp: Phương pháp này phải được Chân Sư truyền thụ và sau đó xét nghiệm các thế đất đã táng xem sự kết phát có phù hợp với lý đoán hay không. Nếu phù hợp là Chánh Tông. Hiện nay có một số thầy Địa lý tự nghiên cứu và xưng thuộc môn phái Tam Nguyên nhưng lý đoán không phù hợp. Theo cụ Nguyễn Văn Thư, Địa lý Chính Tông xuất xứ từ bộ Ngọc thư một trong ba bộ Thiên thư Ngọc Thư, Kim Thư và Ngân Thư. Ba bộ Thiên thư này vua Hoàng Đế lấy được của dòng giống Bách Việt. Sau đó từ đời Hoàng đế các Chân nhân lưu giữ và dạy đồ đệ làm tướng quốc như Quỷ Cốc Chân Nhân dạy Tôn Tẫn, Hoàng Thạch Công dạy Trương Lương.

Hỏi: Về thước Lỗ Ban trong Địa lý Chánh Tông có dùng đến không?

Đáp: Địa lý Chánh Tông không dùng thước Lỗ Ban nhưng lại dùng cách bấm trên bàn tay để tính ra sự tốt xấu. Dương Công nói "Thức chưởng mô Thái cực phân minh tất hữu đồ" có nghĩa diệu lý, diệu nghĩa, diệu dụng về Kham Dư học hay lẽ huyền bí về Đạo học trời đất đều ở Thái cực đồ, lưỡng nghi tứ tượng, bát quái và do quan sát lòng bàn tay hay bàn tay là dụng cụ để đặt con toán mà quyết đoán cát hung họa phúc. Các Chân Sư cũng thường nhắc nhở:

"Âm Dương mầu nhiệm như minh đắc

Thiên hạ đô lại nhất chưởng trung"

Tức là nếu hiểu được lý nhiệm mầu của Âm Dương thì mọi sự trong thiên hạ đều nằm trong tay ta.

Hỏi: Xin cho biết sinh sát hợp thời hợp vận là như thế nào?

Đáp: Vật có thịnh suy tùy theo thời gian. Khí của sơn thủy cũng theo thời gian mà sinh trưởng suy tàn. Dùng đúng lúc là Vượng là Sinh dùng không đúng lúc là Suy là Sát. Khí của hiện tại là Vượng, khí của tương lai là Sinh. Khí của quá khứ là Suy là Tử. Lý khí Chánh Tông không ngoài chữ thời chữ vận Sinh Vượng Suy Tử.

Hỏi: Xin dẫn giải một vài nguyên tắc mà các Chân Sư thường dùng để định tốt xấu của thế đất?

Đáp: Sau khi có huyệt kết các Chân Sư sẽ từ đó mà quan sát hình thế chung quanh theo Bát quái đồ hình với phương pháp Động tĩnh phối hợp của sơn và thủy. Ví dụ một nơi trong phạm vi của thế đất có một ngọn núi nhọn trông thanh tú các Thầy Địa lý ai ai cũng có thể nói đây là Bút lập phát Trạng Nguyên. Nhưng các Chân Sư thì không vội vì rằng các Ngài phải tính xem vận khí của văn tinh tháp bút này có đúng lúc đúng thời hay không. Nếu đúng lúc đúng thời thì chắc chắn phát ra người đọc sách và ngày sau tất chiếm khôi nguyên. Ngược lại không đúng lúc đúng thời mà nhiều khi gặp phải sát khí đang vận hành thì lại sinh ra người đỗ đạt nhưng lại yểu mệnh.

Ngoài ra các Chân Sư luôn luôn phân biệt Sinh khí và Sát khí của sơn và thủy. Ví dụ một nơi trong thế đất trong thời gian hiện tại nếu có nước tụ hay lai thủy hay khứ thủy thì huyệt kết thu được Sinh khí của Thủy nhưng trái lại nơi đây lại có ngọn núi sừng sững như thế là xấu sẽ sinh tai họa.

Hơn nữa cùng một nơi kết huyệt và cùng một thế đất có khi táng thì phát mà có khi táng thì bại cũng chỉ vì táng có đúng lúc hay không đúng lúc. Các Chân Sư thường căn dặn "Ngã táng đắc vương hầu, tha táng sinh đạo tặc" cũng vì đa số các Thầy cứ nghĩ rằng sự kết phát là tùy vào ở đất chứ có ngờ đâu thực lại căn cứ vào sự vận hành tinh tú trên trời. Thực sự mà nói thì cũng ít ai hiểu được Bát quái như các Chân Sư thường dạy: "Địa hoạch Bát Quẻ thùy năng hội. Sơn giữ thủy tương đối". Có nghĩa là trên đất bày vẽ ra Bát Quẻ Càn Đoài Ly Chấn Tốn Khảm Cấn Khôn nhưng ai là người biết được thấu đáo cái lý của Sơn và Thủy hỗ tương đối đãi như thế nào.

Hỏi: Xin cho biết đại cương nguyên tắc lập hướng như thế nào?

Đáp: Các Chân Sư dùng Huyền Không đại Quẻ và phân 24 sơn ra ba loại Quẻ. Thiên nguyên Quẻ gồm Tý Ngọ Mão Dậu Kiền Khôn Cấn Tốn. Nhân nguyên Quẻ gồm Dần Thân Tỵ Hợi Ất Tân Đinh Quý. Địa nguyên Quẻ gồm Thìn Tuất Sửu Mùi Giáp Canh Nhâm Bính. Ta thử xét Quẻ Khảm có Nhâm Tý Quý như thế đã có đủ ba Quẻ Thiên Nhân Địa. Khi lập hướng có khi lập Thiên có khi lập Địa có khi lập Nhân. Lập Thiên là Tọa Ngọ hướng Tý. Lập Nhân là Tọa Đinh hướng Quý. Lập Địa là Tọa Bính hướng Nhâm. Tuy nhiên lập hướng cũng phân thể dụng động tĩnh. Phần tĩnh đã nói như trên phần động thật khó diễn tả trên giấy bút.

Hỏi: Xin cho biết các sách vở đề cập về phương pháp này?

Đáp: Có một số sách đề cập đến phương pháp này. Số sách này chia ra làm 2 thành phần. Một phần do các Chân Sư viết và một phần do những người nghiên cứu viết. Đầu đời nhà Thanh vào thế kỷ 17 Chân Sư Tưởng Đại Hồng với quyển "Địa lý Biện Chính" và đầu thế kỷ 19 Vô Tâm Đạo Nhân Chương Trung Sơn với quyển "Tâm Nhãn chỉ yếu" đều đề cập đến lý khí chánh tông nhưng lời văn ẩn tàng người đọc không thể nào suy ra cách áp dụng như thế nào. Ngoài ra hơn 300 năm qua có nhiều nghiên cứu và xuất bản nhiều sách nhưng tựu chung không nhìn rõ được phương pháp. Những người học qua đều có chung một nhận xét "nếu không được truyền thụ thì không thể nào hiểu được".

Hỏi: Xin cho biết nội dung sách "Địa Lý Biện Chính"?

Đáp: "Địa Lý Biện Chính" trong đó gồm 3 bộ kinh của môn phái chánh tông là Thanh Nang, Thiên Ngọc và Đô Thiên Bảo Chiếu. Kinh Thanh Nang gồm 3 phần là Thanh Nang Kinh, Thanh Nang Tự và Thanh Nang Áo Ngữ. Các kinh này đề cập đến loan đầu một ít còn phần lớn đề cập đến Lý Khí Huyền Không Quẻ một cách úp mở nhằm là cho người đọc thích thú nhưng đọc mãi cũng không hiểu. Do đó mới có bộ sách "Địa Lý Biện Chính số" của Trương Tâm Ngôn dùng 60 Quẻ hay 360 hào Kinh dịch giải thích sai lạc phương pháp Chính Tông.

Hỏi: "Tâm Nhãn chỉ yếu" Xin cho biết nội dung sách như thế nào?

Đáp: Sách này có ẩn tàng các đồ hình thuộc lý khí chánh tông. Có phần nói về loan đầu. Phụ lục là Thiên nguyên ngũ ca gồm 5 bài thơ làm theo thể thất ngôn với 5 chủ đề: Tổng luận đề cập đến Phong Thủy một cách tổng quát. Sơn long nói về các thế đất trên núi, Thủy long nói về các thế đất ở đồng bằng, Dương trạch nói về nhà cửa và Tuyển trạch nói về cách chọn ngày giờ.

Hỏi: Địa lý Chính Tông chia thời gian làm Tam Nguyên cửu vận. Xin cho biết tại sao không 6 vận hoặc 7 vận mà lại 9 vận?

Đáp: Mọi sinh vật trong vũ trụ đều có chu kỳ từ lúc sinh ra và tàn tạ. Tam Nguyên cửu vận là chu kỳ của Sinh khí hay hạo nhiên chi khí của vũ trụ nằm trong một cuộc đất. Qui luật chi phối chu kỳ Sinh khí này là sao Bắc đẩu và Hà đồ Lạc thư. Hà Đồ với Nhất Lục cộng Tông, Nhị Thất đồng Đạo, Tam Bát vi Bằng, Tứ Cửu vi Hữu, Ngũ thập cư Trung. Lạc thư với Khảm Nhất Khôn Nhị Chấn Tam Tốn Tứ Trung Ngũ Càn Lục Đoài Thất Cấn Bát Ly Cửu. Hà đồ là thể và Lạc thư là dụng. Lạc thư cửu số thành cửu vận hợp Hà Đồ thập số Nhất lục cộng tông Nhi thất đồng đạo v..v... Cho nên có thể nói Lạc thư cửu vận phát nguyên từ Hà Đồ sinh thành chi số. Sinh số là Nhất thành số là lục. Sinh số là Nhị Thành số là thất, v..v... Chu kỳ 6 hoặc 7 không hợp Hà đồ chi số. Chỉ có số 9 mới hợp Hà đồ Lạc thư.

Cửu vận mỗi vận 20 năm 9 vận là 180 năm được chia ra làm Tam Nguyên mỗi nguyên 60 năm. Thượng nguyên Trung nguyên Hạ nguyên. Mỗi nguyên là 1 vòng lục thập hoa giáp. Thượng nguyên lạc thư số khởi thủy là số 1 phải cần 180 năm sau mới trở về khởi thủy là số 1 nên ta có Tam Nguyên.

Hỏi: Nguyên tắc Âm Dương được môn Địa lý áp dụng như thế nào?

Đáp: Âm Dương là ký hiệu của hai trạng thái đối nghịch nhưng luôn luôn hỗ trợ lẫn nhau. Cổ nhân có câu "Vô Dương Âm bất sinh, Vô Âm Dương bất thành". Đầu tiên là Thái cực sau đó Thái cực sinh ra Âm Dương. Với yếu tố thời gian thì hiện tại tương lai là Dương là Động và quá khứ là Âm là Tĩnh. Với sơn thủy thì Sơn là Âm và Thủy là Dương. Với La bàn hay La kinh thì Tĩnh bàn là Âm. Động bàn gồm Thiên bàn và Nhân bàn là Dương. Rồi trong cái Sơn là Âm lại cũng phân Âm Dương. Sơn hình thanh tú là Dương và Sơn hình quái ác là Âm. Thủy uốn éo ngoằn ngoèo linh động hữu tình là Dương và Thủy chảy thẳng vô tình là Âm. Tĩnh bàn gồm 24 sơn cũng phân 12 Âm cung 12 Dương cung. Động bàn cũng phân Âm Dương hợp thời hợp vận là Dương và thoái vận suy thời là Âm. Cũng nên nhắc lại Động bàn là Tĩnh bàn ở thể động chớ không phải Thiên bàn hay Nhân bàn đã được ghi sẵn trên La Kinh.

Hỏi: Tại sao Dịch Kinh Tam Nguyên Địa lý học cũng phân ra Tam Nguyên Cửu Vận mà lại không phải là Địa lý chánh tông?

Đáp: Địa lý chánh tông phân ra Tĩnh bàn và Động bàn luân lưu biến chuyển. Trái lại Dịch Kinh Địa lý phân 24 sơn của Tĩnh bàn hay Địa bàn làm 60 Quẻ, mỗi Quẻ 6 hào thành 360 tiểu Quẻ, tương đương với 360 độ. Trong mỗi Quẻ có 8 thành Quái để luận cho vận khí. Trước khi được truyền thụ chân pháp môn phái Dịch Kinh này, rất có lý nhưng sau khi đắc pháp thì mới biết là không đúng. Cao Thủ Trung một Chân sư Địa lý cho rằng dùng 64 quẻ phân phối cho 24 Sơn là nói khoác.

Hỏi: Môn phái Tam hợp lập hướng dùng Thiên bàn và chỉ dùng Thiên can vì cho rằng Thiên can khí Thanh địa chi khí Trọc. Địa lý chánh tông lập hướng như thế nào?

Đáp: Địa lý chánh tông chỉ dùng Địa bàn gồm Bát quẻ mỗi Quẻ quản 3 sơn hay 24 sơn (Nhâm Tý Quý Sửu Cấn Dần Giáp Mão Ất Thìn Tốn Tỵ Bính Ngọ Đinh Mùi Khôn Thân Canh Dậu Tân Tuất Kiền Hợi) và không phân biệt Nhâm Can Tý Chi thanh trọc gì cả. Hướng Can hướng Chi đều được cả miễn là phối hợp Âm Dương tránh được sát khí thâu được vượng khí.

Hỏi: Xin cho biết cách dùng La Bàn của môn phái Chính Tông có khác với môn phái tam hợp không?

Đáp: Môn phái Tam hợp dùng Địa bàn để cách long, Thiên bàn để lập hướng tiêu thủy, Nhân bàn để tiêu sa. Môn phái Tam nguyên trái lại chỉ dùng một vòng địa bàn để luận long, hướng, thủy, sa. Nhưng trong đó lại phân ra Tĩnh bàn và Động bàn. Tĩnh bàn là Địa bàn bất động. Động bàn là Tĩnh bàn ở trạng thái Động dùng để luận long, hướng, thủy, sa.

Hỏi: Sách "La Kinh thấu giải" giải thích 36 vòng của La bàn như thế nào?

Đáp: Sách này là sách giải thích các ký hiệu của các môn phái khác nhau được ghi trên các vòng của La bàn như Bát Sát, Hoàng Tuyền, Xuyên sơn, Thấu Địa, Lục Thập Hoa Giáp, Nhị thập bát tú, Cửu tinh, v.v... Nhưng tất cả đều là thêu dệt vẽ rắn thêm chân thật sự không cần thiết.

Hỏi: Trên thị trường bày bán nhiều loại La bàn Tam hợp, Tam Nguyên, Cửu tinh lớn nhỏ khác nhau. Địa lý chánh tông dùng La bàn loại nào?

Đáp: Môn phái chánh tông không câu nệ vào La Bàn. Đối với các Chân Sư thì La Bàn loại nào cũng dùng được miễn là vòng Địa Bàn được chia ra 24 sơn và Kim Nam Châm phải quay về chính Bắc. Các nhà nghiên cứu và các nơi chế tạo thần thánh hóa La Bàn bày vẽ ra thật nhiều loại. Tác giả không quên được sự buồn cười khi nhìn thấy một La Bàn to đến 2 thước vuông tại một tiệm sách có lẽ phải đến 4 người khiêng.

Nói chung các Chân Sư thường chỉ dùng 2 loại: loại nhỏ là Tróc long bỏ túi rất tiện cho việc Tầm long. Loại to là La bàn cho rõ rệt để tránh sai lầm về phương hướng khi an táng. Loại to cũng chỉ to hơn bàn tay xòe một tí.

Hỏi: Xin cho biết ý nghĩa câu "Điểm huyệt nan, nhi phân kim cánh nan"?

Đáp: Câu này có nghĩa điểm huyệt đã khó mà phân kim lại càng khó. Tam hợp môn phái dùng "tam thất nhị bát" phương pháp để phân kim thực ra cũng chỉ căn cứ vào La kinh tuyến độ. Trái lại Lý khí Chánh tông xem phân kim thuộc vào phần lập hướng. Lập hướng phải thu được Sinh Vượng khí của sơn hoặc thủy thì mới lập. Nếu chỉ gặp suy tử khí của sơn thủy thì là tử huyệt không dám dùng. Có những thế đất Sinh Vượng khí chiếm đa số và có một hai nơi sơn thủy gặp sát khí. Lúc đó các Chân Sư mới dùng đến phân kim nhằm hóa giải đi phần nào Sát khí. Ví dụ một vận nọ tọa Cấn hướng Khôn thì phương Mão là Sát khí. Nay muốn giảm Sát khí thì Chân Sư sẽ phân kim lệch về hướng Dần Thân.

Do đó nếu không biết lý khí chân truyền thì không biết lập hướng để nghinh Sinh đón Vượng chứ đừng vội nói đến phân kim. Nếu cứ khăng khăng tin tưởng vào La Kinh tuyến độ Hồng quyên chấm đỏ và La sát chấm đen thì tai hại nhiều khi vô cùng.

Hỏi: Một thế đất đẹp đẽ cân xứng trước mặt có Án, có Minh đường thủy tụ, hai bên có Thanh long Bạch hổ tương nhượng chầu về, đằng sau có Huyền vũ cao dầy dẫn mạch nhập huyệt. Thế đất này nếu không hợp thời hợp vận có thể vẫn táng được không?

Đáp: Thế đất dù có đẹp đến đâu nhưng nếu không hợp thời hợp vận thì phải tìm đất khác, nếu cứ cố làm chắc chắn sẽ gây tai họa. Môn phái Trường sinh Tam hợp thường gặp tệ hại này cũng chỉ vì không biết tính khi nào dùng được khi nào không dùng được.

Hỏi: Sau khi có huyệt, tính lý khí cũng hợp, tại sao lại còn phải chọn ngày giờ?

Đáp: Có hai lý do phải chọn ngày giờ:

a) Chọn năm và tháng để tránh các hướng xấu hay nếu có hướng thì phải tránh các năm tháng ky như Ngũ hoàng Lực sỹ.

b) Chọn ngày giờ nhiều Sinh khí để tránh sát khí và giúp hài cốt khôi phục lại Sinh khí. Các Chân Sư thường gọi là Thái dương pháp hay Nhật gia học bổ khuyết cho loan đầu và lý khí tức là Hình gia học và Pháp gia học.

Hỏi: Các chân sư thường dạy "Tiên tích đức hậu tầm long" ý nghĩa như thế nào?

Đáp: Các Chân Sư thường bảo rằng "Phúc địa đãi Phúc nhân". Hai câu trên nói lên ý nghĩa sâu xa của việc cho những ai muốn tìm đất báo hiếu tổ tiên. Vũ trụ đều tuân theo qui luật nhân quả. Địa lý cũng không thoát ra khỏi qui luật này. Ngoài ra các Chân Sư cho biết đất lớn đều có Long thần thủ huyệt gìn giữ chứ không phải ai muốn cũng được và các ngài luôn luôn phải hành lễ trước khi điểm huyệt.

Hỏi: Xin cho biết tại sao Thầy Địa lý phải xin phép Sơn thần Thổ địa trước khi điểm huyệt?

Đáp: Các ngôi đất kết đều được trời đất dành riêng cho những gia đình nhiều phúc đức. Thầy Địa lý dù tài giỏi đến đâu cũng chỉ thay trời "Thế thiên hành đạo". Do đó các thầy không giám trái mệnh trời mà tự ý quyết định.

Hỏi: Xin cho biết các Thầy Địa lý xin phép sơn thần thổ địa như thế nào?

Đáp: Sau khi xem xét xong một khu đất có huyệt kết trước khi điểm huyệt các thầy dâng lễ và khấn Sơn thần Thổ địa cho phép Thầy thay mặt trời để giúp cho gia chủ một ngôi đất kết. Kế đến Thầy gieo Quẻ Âm Dương. Nếu một đồng tiền sấp và một đồng tiền ngửa là sự cho phép. Nếu hai đồng tiền sấp cả hoặc ngửa cả là không cho phép.

Hỏi: Các thầy Địa lý chánh tông tại sao không giữ kín chỉ làm cho gia đình mình?

Đáp: Trong kinh "Đô Thiên bảo chiếu" có câu "Phụ tử tuy thân bất khẳng thuyết. Nhược nhân đắc ngộ thị tiền duyên". Ý nói người nào được truyền chân pháp đều có sẵn tiền duyên từ kiếp trước. Vì ngay cả trong gia đình cha con nếu không có lòng ham mê tin tưởng thì cũng không được truyền. Ngoài ra trong gia đình hay gia tộc tuy có Thầy Chính Tông nhưng cũng không thể không tuân theo quy luật nhân quả. Gia đình đã nhiều đời tích đức thì chắc chắn sự thực hiện Địa lý báo hiếu tổ tiên sẽ tuần tự tiến hành một cách dễ dàng. Trước hết có hoặc cầu được Thầy Chính Tông sau đó tìm được ngôi đất kết đúng như sự mong ước.

Ngược lại tuy đã có sự giúp sức của Chân Sư nhưng lại gặp trở ngại, tìm mãi không được ngôi đất kết vừa ý. Hoặc tìm được ngôi đất vừa ý thì lại gặp trở ngại như chủ đất không bán hay không cho để nhờ. Cho nên thực hiện Địa lý phần lớn trông cậy vào Phúc Đức của thân chủ.

CÁCH VẬN DỤNG
HUYỀN KHÔNG PHI TINH

"Loan Đầu không đúng, Lý Khí không hợp
thì Thiên Tinh (Phi Tinh) cũng vô dụng"

Lý Khí theo HUYỀN KHÔNG có ba điều trọng yếu nên ghi nhớ trước khi ta vận dụng:

1) Phi tinh tốt xấu tùy thuộc vào Hướng nhiều hơn.
2) Đang lệnh ta dùng thì lấy thủy là quan trọng hơn.
3) Thủy thì nơi hai dòng nước gặp nhau là quan trọng hơn.

Địa Bàn là Tĩnh Bàn. Vận Bàn là Thiên Bàn. Sơn Bàn và Hướng Bàn là Nhân Bàn. Sơn là Thể và Hướng là Dụng. Nếu không có được cả hai thì phải bỏ Sơn mà lấy Hướng.

Theo Nguyên tắc sinh khắc ta có:

Chủ khắc Khách là khắc xuất

Khách khắc Chủ là khắc nhập

Chủ sinh khách là sinh xuất

Khách sinh Chủ là sinh nhập

Sinh nhập là Vượng và khắc xuất là Vượng (tốt)

Sinh xuất là Hưu và khắc nhập là Tù (xấu)

198

Cùng một hành (tỷ kiên) là Hòa (không tốt cũng không xấu).

Sinh nhập thì phát Phúc chậm nhưng bền vững lâu dài.

Khắc xuất thì phát Phúc mau nhưng chóng tàn.

Hướng Bàn nên được:

Khắc xuất thì chủ có tiền (vượng tài)

Sinh nhập thì cũng tốt có tiền

Kỵ khắc nhập và Kỵ sinh xuất (xấu)

Sự tốt xấu của Hướng Bàn ứng nghiệm mau

Sơn Bàn nên được:

Sinh nhập thì có thêm con (Vượng Đinh)

Kỵ khắc nhập vì gây chết người (Tổn Đinh)

Sơn Bàn không kỵ sinh xuất và khắc xuất

Sự tốt xấu của Sơn Bàn ứng nghiệm chậm.

Phân biệt Chủ Khách

Theo nguyên tắc đến trước là Chủ và đến Sau là khách. Như thế giữa Địa Bàn và Vận Bàn thì Địa Bàn là Chủ vì có trước và Vận Bàn là Khách vì đến sau. So với Nhân Bàn và Vận Bàn thì Vận Bàn là Chủ vì có trước và Nhân Bàn gồm Sơn Bàn và Hướng Bàn là Khách vì có sau. Ở Tọa Sơn thì Sơn Bàn Phi tinh là Chủ và Hướng Bàn Phi tinh là Khách và ở Triều Hướng thì Hướng Bàn Phi tinh là Chủ và Sơn Bàn Phi tinh là Khách.

Theo Cách luận sinh khắc ở Tọa Sơn và ở Triều Hướng thì lần lượt theo thứ tự Khách sinh Chủ là tốt nhất thí dụ như ở Triều hướng thì Sơn Bàn Phi tinh là Khách sinh nhập Hướng Bàn Phi tinh là Chủ, kế tiếp Hướng Bàn Phi tinh là Khách sinh nhập Vận Bàn Phi tinh là Chủ và cuối cùng là Vận Bàn Phi tinh là Khách sinh nhập Địa Bàn là Chủ.

Ở sáu (6) cung khác còn gọi là bàng cung thì lại không luận Chủ Khách Sơn Bàn Hướng Bàn Vận Bàn và Tĩnh Bàn sinh khắc như trên mà chỉ chú trọng đến Sơn Bàn Phi tinh và Hướng Bàn Phi tinh cùng đến một cung sinh khắc tốt xấu như thế nào.

Ta nên phân biệt sự tốt xấu của Cửu Tinh theo 3 cách:

1) Bản chất: 1, 6 và 8 là tốt (Tam cát), 2 và 3 là xấu vừa (Tiểu hung), 5 và 7 là rất xấu (Đại hung), 4 và 9 thì có khi tốt có khi xấu. Như 1 gặp 4 là tốt, 9 gặp 8 là tốt, 4 gặp 5 hoặc 6 đều xấu, 9 gặp 7 là xấu.

2) Thời gian của Vận: Từ Vận 1 đến 9 ta tính như sau:

Vận 1: 1 là Vượng 2 , 3 là Tướng đều tốt và 5 , 7 là xấu (Sát khí)

Vận 2: 2 là Vượng 3 là Tướng đều tốt và 5, 7 là xấu (Sát khí)

Vận 3: 3 là Vượng 4 là Tiến khí đều tốt và 7, 9 là xấu (Sát khí)

Vận 4: 4 là Vượng 5, 6 là Tướng đều tốt và 7, 9 là xấu (Sát khí)

Vận 5: 10 năm đầu tính theo Vận 4 nhưng 10 năm sau tính theo Vận 6

Vận 6: 6 là Vượng 7 là Tiến khí đều tốt và 2, 3 là xấu (Sát khí)

Vận 7: 7 là Vượng 8, 9 là Tướng đều tốt và 2, 3, 4 là xấu (Sát khí)

Vận 8: 8 là Vượng 9 là Tướng đều tốt và 3, 4, 5 là xấu (Sát khí)

Vận 9: 9 là Vượng 1 là Tiến khí đều tốt và 4, 5 là xấu (Sát khí)

3) Tam Nguyên: chỉ nói đến Tam Cát tinh là 1, 6 và 8

Thượng Nguyên: 1 là Chủ Sự tinh và 6 là Phụ tá tinh

Trung Nguyên: 6 là Chủ Sự tinh và 8 là Phụ tá tinh

Hạ nguyên: 8 là Chủ Sự tinh và 1 là Phụ tá tinh

Như vậy Sát khí hay khí xấu là Hung tinh của Bản Vận và ta cũng nên lưu ý các khí 9 của Vận 1 khí 2 của Vận 3 khí 3 của Vận 4 khí 4 của Vận 5 (10 năm sau) chỉ là Suy khí nên sau khi thành công thì phải lùi bước chứ không thể gọi là Sát khí được.

Các nơi có Hướng Bàn đang lệnh Vượng tinh, Dụng sự gồm Tướng tinh và Chủ sự tinh cùng với Phụ tá tinh là nguồn cội của các loại thủy. Cho nên cần Vượng Thủy lai triều hoặc quanh co khúc triết chảy đi. Phụ tá tinh cũng cần có một chi thanh thuần thủy chảy hội về Minh Đường.

THANH NANG TỰ

Thanh Nang Kinh là bộ kinh tối cổ của khoa Địa lý Phong Thủy. Nhưng Thanh Nang Kinh gồm ba phần: Chính Kinh, Thanh Nang Tự và Thanh Nang Áo Ngữ.

Người viết chọn Thanh Nang Tự vì toàn bài chỉ gồm 80 câu thơ thất ngôn, lời hay dễ nhớ, nội dung phong phú đi ngay vào phương pháp.

Thanh Nang Tự được viết bởi đại đệ tử của Dương Công là Tăng Công, Thụy Cầu Kỷ hiệu Công An.

Đầu đời nhà Thanh Chân Sư Tưởng Đại Hồng tập hợp các kinh của môn phái Chính Tông vào bộ sách "Địa lý Biện Chính".

Người viết dịch âm Hán Việt toàn bài cũng như lời chú thích của Chân Sư Tưởng Công và thêm phần đại ý bằng Việt ngữ. Cuối cùng có nguyên văn và chú thích của Tưởng Công bằng chữ Nho để quý vị học giả và bạn đọc nghiên cứu.

Cũng xin lưu ý quý vị trên thị trường còn có Thanh Nang Kinh của môn phái Tam Hợp.

NỘI DUNG THANH NANG TỰ

1. Dương Công dưỡng lão khán thư hùng
2. Thiên hạ chư thư đối bất đồng
3. Tiên khán Kim long động bất động
4. Thứ sát huyết mạch nhận lai long
5. Long phân lưỡng phiến Âm Dương thu
6. Thủy đối tam thoa tế nhận tung
7. Giang Nam Long Lai, Giang Bắc Vọng
8. Giang Tây Long Khứ Vọng Giang Đông
9. Thị dĩ Thánh nhân bốc Hà Lạc
10. Chiền giản nhị thủy giao Hoa Tung
11. Tương kỳ Âm Dương quan lưu tuyến
12. Bốc niên bốc thế trạch đô cung
13. Tấn thế Cảnh Thuần truyền thử thuật
14. Diễn kinh lập nghĩa xuất Huyền Không
15. Chu Tước phát nguyên sinh Vượng khí
16. Nhất Nhất giảng thuyết khai ngu mông
17. Nhất sinh Nhị hề Nhị sinh tam

18. Tam sinh Vạn Vật thị Huyền Quan

19. Sơn quán sơn hề Thủy quản Thủy

20. Thử thị Âm Dương bất đãi ngôn

21. Thức đắc Âm Dương Huyền diệu lý

22. Tri kỳ suy vượng sinh giữ tử

23. Đản phùng tử khí giai vô thu

24. Tiên Thiên La Kinh thập nhị Chi

25. Hậu Thiên tái dụng Can giữ Duy

26. Bát Can tứ Duy phụ Chi vị

27. Tử Mẫu Công Tôn đồng thử suy

28. Nhị thập tứ sơn phân thuận nghịch

29. Cộng thành tứ thập hữu bát cục

30. Ngũ hành tức tại thử trung phân

31. Tổ tông khước tòng Âm Dương xuất

32. Dương tòng tả biên viên viên chuyển

33. Âm tòng hữu lộ chuyển tương thông

34. Hữu nhân thức đắc Âm Dương giả

35. Hà Sầu đại địa bất tương phùng

36. Dương sơn Dương hướng thủy lưu Dương

37. Chấp định thử thuyết thậm hoang đường

38. Âm Sơn Âm Hướng thủy lưu Âm

39. Tiểu sát câu nệ đô nhất ban

40. Nhược năng khám phá cá trung lý

41. Diệu dụng bản lai đồng nhất thể

42. Âm Dương tương kiến lưỡng vi nan

43. Nhất Sơn nhất Thủy hà túc ngôn

44. Nhị thập tứ sơn song song khởi

45. Thiểu hữu thời Sư thông thử nghĩa

46. Ngũ hành phân bố nhị thập tứ

47. Thời Sư thử quyết hà tăng ký

48. Sơn thượng Long thần bất hạ thủy

49. Thủy lý Long thần bất thượng sơn

50. Dụng thử lượng sơn giữ bộ thủy

51. Bách lý giang san nhất hưởng gian

52. Cánh hữu Tĩnh Âm Tĩnh Dương pháp

53. Tiền hậu bát xích bất tương tạp

54. Tà chính thụ lai Âm Dương thu

55. Khí tòng Sinh Vượng phương vô sát

56. Lai sơn khởi đính tu yếu tri

57. Tam tiết tứ tiết bất tu câu

58. Chỉ yếu long thần đắc Sinh Vượng

59. Âm Dương khước giữ huyệt trung thù

60. Thiên thượng tinh thần tự chức la

61. Thủy giao tam bát yếu tương quá

62. Thủy phát thành môn tu yếu hội

63. Khích như hồ lý Ưng giao Nga

64. Phú quý bần tiện tại thủy thần
65. Thủy thị sơn gia huyết mạch tinh
66. Sơn Tĩnh thủy động hoạch dạ định
67. Thủy chủ tài lộc sơn nhân đinh
68. Kiền Khôn Cấn Tốn hiệu Ngự Nhai
69. Tứ đại tôn thần tại nội bài
70. Sinh khắc tu bằng ngũ hành bố
71. Yếu thức thiên cơ huyền diệu xứ
72. Kiền Khôn Cấn Tốn thủy trường lưu
73. Cát thần tiên nhập gia hào phú
74. Thỉnh nghiệm nhất gia cựu nhật phần
75. Thập phần mai hạ cửu phần bần
76. Duy hữu nhất phần năng phát phúc
77. Khứ Thủy lai Sơn tận hợp tình
78. Tống triều bản thị Âm Dương huyền
79. Đắc tứ thất lục nan vi toàn
80. Tam tài lục kiến tuy vi diệu
81. Đắc tam thất ngũ tận vi Thiên
82. Cái nhân Nhất Hạnh nhiễu ngoại quốc
83. Toại bả ngũ hành điên đảo biên
84. Dĩ ngoa truyền ngoa cánh bất minh
85. Sở dĩ họa phúc vi hồ loạn

Dương công dưỡng lão khán thư hùng 楊公養老看雌雄
Thiên hạ chư thư đối bất đồng 天下諸書對不同

Tưởng vân: Thư hùng giả. Âm Dương chi biệt danh Nãi bất vân Âm Dương. Nhi vân thư hùng giả. Ngôn Âm Dương. Tắc Âm tự vi Âm. Dương tự vi Dương. Nghi hồ đối đãi chi vật. Hỗ hiển kỳ tình giả dã. Cố thiện ngôn Âm Dương giả. Tất ngôn thư hùng. Quan thư tắc bất tất cánh quan kỳ hùng. Nhi tri tất hữu hùng dĩ ứng chi. Quan hùng tắc bất tất cánh quan kỳ thư. Nhi tri tất hữu thư dĩ phối chi. Thiên Địa lưỡng đại thư hùng dã. Sơn Xuyên. Thư hùng trung chi loại tượng giả dã. Địa hữu chí âm chi khí. Dĩ siêu nhiếp thiên chi dương tinh. Thiên chi dương khí. Nhật hạ giao hồ địa. Nhi vô hình khả kiến. Chỉ kiến kỳ thảo mộc bách cốc. Xuân vinh thu lạc. Giảo long trùng Trĩ [3]. Thăng đằng Chập [4] tàng nhi dĩ. Cố Thánh nhân chế hôn nhân. Nam tiên hồ nữ. Diệc dĩ âm chi sở tại. Dương tất cầu chi. Sơn hà đại địa. Kỳ khả kiến chi hình. Giai âm dã. Thực hữu bất khả kiến chi dương dĩ ứng chi. Sở vị thư hùng giả dã. Cố Địa lý gia bất viết địa mạch. Nhi viết long thần. Ngôn biến hóa vô thường. Bất khá dĩ tích cầu giả dã. Thanh Nang kinh sở vị Dương dĩ cầu Âm. Âm dĩ hàm dương giả. Thử thư hùng dã. Sở vị dương bản Âm. Âm sản dương. Thử thư hùng dã. Sở vị âm dụng dương triều. Dương dụng âm

---

[3] Trĩ: loài sâu không có chân. Sâu có chân gọi là Trùng
[4] Chập: một loài sâu nép ở dưới đất.

ứng giả. Thử thư hùng dã. Sở vị tư [5] dương dĩ xương.
Dụng âm dĩ thành giả. Thử thư hùng dã. Dương công
đắc Thanh nang chi bí. Đồng triệt[6] Âm Dương chi lý.
Vãn niên kỳ thuật ích tinh. Dĩ thử tế thế. Dĩ tức thử
Dưỡng sinh. Nhiên kỳ trung bí mật. Duy hữu khán thư
hùng chi nhất pháp nhĩ. Thử ngoại cánh vô tha pháp.
Phù Địa lý chi thư. Cổ kim hãn ngưu sung đống[7]. Độc
thử nhất pháp. Bất cảm[8] bút chi ư thư. Tiên hiền khẩu
khẩu tương truyền. Gián thế nhất xuất. Cái tự Quản
Quách[9] dĩ lai. Cổ kim tri giả. Bất năng cơ nhân. Ký phi
thông minh trí xảo. Khả năng suy trắc. Hựu khởi hoành
lãm quần thư bác vật. Sở đắc giữ văn. Hội giả nhất ngôn
lập hiểu. Bất tri giả lũy độc nan minh. Nhược dục
hướng thư quyển trung cầu chi. Cánh hà thán hĩ. Cố viết
thiên hạ chư thư đối bất đồng dã. Tăng Công An thân
thụ Dương Công chi bí. Cố kỳ sở ngôn. Thâm thiết trứ
minh như thử. Bỉ Công An giả. Khởi khi[10] ngã tai.

Đại ý: Địa lý chỉ có một cách xem xét cái khí vô hình
nuôi dưỡng vạn vật thường được gọi là Thư hùng. Các
sách vở Địa lý tuy rất nhiều nhưng dù ai có trí óc thông
minh đến đâu cũng không hiểu nổi. Các Chân Sư
thường tránh chữ địa mạch mà nói "long thần" vì "long

---

[5] Tư: tính chất trời bẩm cho
[6] Đồng triệt: hiểu rõ, hiểu rành mạch không còn ngờ vực gì nữa
[7] Hãn ngưu sung đống: chỉ vật có rất nhiều
[8] Bất cảm: không dám
[9] Quản Quách là Quản di Ngô và Quách Cảnh Thuần
[10] Khi: lừa dối

thần" có hàm ý biến hóa. Địa lý có được là nhờ thu hút được dương khí của Thiên.

Tiên khán Kim long động bất động 先看金龍動不動
Thứ sát huyết mạch nhận lai long 次察血脈認來龍

Tưởng Vân: Thử dĩ hạ Nãi ngôn khán thư hùng chi pháp dã. Kim long giả. Khí chi vô hình giả dã. Long bản phi kim. Nhi tư vân Kim long giả. Nãi Càn dương kim khí chi sở sinh. Cố viết Kim long động tắc thuộc dương. Tĩnh tắc thuộc âm. Khí dĩ động vi sinh. Dĩ tĩnh vi tử. Sinh giả khả dụng. Tử giả bất khả dụng. Kỳ động đại giả. Tắc đại dụng chi. Kỳ động tiểu giả. Tắc tiểu dụng chi Thử dĩ long chi tiêu trưởng ngôn dã. Tiêu trưởng ký đắc. Tư[11] khả biện kỳ huyết mạch hĩ. Huyết mạch. Tức kim long chi huyết mạch. Phi long nhi thực long chi sở tự lai. Sở vị thư hùng giả dã. Quan huyết mạch chi sở tự lai. Tức tri long chi sở tự lai hĩ. Sát giả. Sát kỳ huyết mạch chi lai tự hà phương dã. Tri huyết mạch chi lai tự hà phương. Tức khả nhận long chi lai tự hà phương hĩ. Thử Dương Công khán thư hùng chi bí quyết. Nhi phi thế nhân đảo trượng bộ lượng chi tử cách cục dã.

Đại ý: Khí vô hình được gọi là Kim long vì lấy Quẻ Kiền thuộc Kim đại diện cho dương khí. Đầu tiên phải biết xem khí vô hình Kim long này. Sau đó mới biết khí

---

[11] Tư: bèn, thì

vô hình từ đâu đến và đây cũng là bí pháp của Dương
Công.

Long phân lưỡng phiến Âm Dương thu 龍分兩片陰陽取
Thủy đối tam thoa tế nhận tung.　　　水對三叉細認蹤

Tưởng vân: Lưỡng phiến tức thư hùng. Âm tại thử. Tắc
Dương tất tại bỉ. Lưỡng lộ tương giao dã. Tam thoa tức
hậu thành môn. Giới thủy hợp xứ. Tất hữu tam thoa.

　　Tế nhận tung. Tức sát huyết mạch dĩ nhận lai
long dã.

　　Tri tam thoa chi tại hà phương. Tắc tri lai long
chi thuộc hà mạch hĩ.

Đại ý: Khí vô hình cũng được phân ra Âm Dương. Khí
vô hình tại những nơi có hai dòng nước giao nhau phải
được xem xét cẩn thận.

Giang Nam long lai Giang Bắc Vọng　　江南來龍江北望
Giang Tây long khứ Vọng Giang Đông. 江西龍去望江東

Tưởng Vân: Thử sở vị lưỡng phiến dã. Kim long bản tại
Giang Nam. Nhi sở vọng chi khí mạch. Phản tại Giang
Bắc. Kim long bản tại Giang Tây. Nhi sở vọng chi khí
mạch. Phản tại Giang Đông. Cái dĩ hữu hình chi âm
chất. Cầu vô hình chi dương khí dã. Dương công khán

thư hùng chi pháp. Giai tòng không xứ vi chân long. Cố lập kỳ danh viết. Đại huyền không. Tuy vân lưỡng phiến. Thực nhất phiến dã.

Đại ý: long vô hình khác với long hữu hình long hữu hình ở Nam thì long vô hình ở Bắc. Khí vô hình chỉ có một nhưng phân ra làm hai chẳng qua là cách thức khám xét nó mà thôi.

Thị dĩ Thánh Nhân bốc Hà lạc   是以聖人蔔河洛

Chiền giản nhị thủy giao Hoa Tung[12] 瀍澗二水交華嵩

Tương kỳ Âm Dương quan lưu tuyến   相其陰陽觀流泉

Bốc niên Bốc thế trạch đô cung.   蔔年蔔世宅都宮

Tưởng Vân: Thử tức Chu Công bốc Lạc chi sự. dĩ chứng Địa lý chi đạo. Duy tại sát huyết mạch nhận lai long dã. Thánh Nhân tác đô. Bất ngôn Hoa Tung chi mạch lạc. Nhi ngôn chiền giản chi tương giao. Tắc tri sở nhận chi lai long. Nhận chi dĩ chiền giản dã. Hựu dẫn Công Lưu thiên Bân. Tướng Âm Dương Quan lưu tuyến. Dĩ hợp quan chi. Kiến thánh nhân tác pháp. thiên cổ nhất quỹ[13] dã.

Đại ý: Khi Chu Công dời đô cũng dùng phương pháp Địa lý này

---

[12] Hoa Tung là tên hai ngọn núi Hoa Sơn và Tung Sơn
[13] Đo lường.

Tấn thế Cảnh Thuần truyền thử thuật 晉世景純傳此術
Diễn kinh lập nghĩa xuất Huyền Không 演經立義出元空
Chu Tước phát nguyên Sinh Vượng khí 朱雀發源生旺氣
Nhất Nhất giảng thuyết khai ngu mông. 一一講說開愚蒙

Tưởng Vân: Suy nguyên Huyền Không Đại Quẻ. Bất thùy ư Dương Công. Cái Quách Cảnh Thuần tiên đắc Thanh Nang chi bí. Diễn nhi lập chi. Trực truy Chu Công chế tác chi tinh ý giả dã. Nãi kỳ nghĩa. Bất quá dục chu tước phát nguyên. Đắc Sinh Vượng chi khí nhĩ. Lai nguyên ký đắc Sinh Vượng. Tức thị lai long Sinh Vượng. Nhi chư phúc tọa chí hĩ. Lai nguyên nhược phí Sinh Vượng. Tắc lai long nhược phi Sinh Vượng. Nhi họa bất toàn chủng[14] hĩ. Cảnh Thuần đang nhật dĩ thử khai dụ[15] ngu mông. Kỳ như ngu mông chi lãnh hội giả thiểu dã.

Đại ý: Chu Công là tổ Địa lý trước Dương Công và Quách Công. Quách Công có sáng tác sách để dạy nhưng ít ai hiểu được. Chu tước phát nguyên là chỉ khí vô hình đắc Sinh Vượng thì được hưởng phúc không đắc Sinh Vượng thì bị tai họa.

Nhất sinh nhi hề nhị sinh tam 一生二兮二生三
Tam sinh vạn vật thị huyền quan 三生萬物是玄關
Sơn quán sơn hề thủy quán thủy 山管山兮水管水
Thử thị Âm Dương bất đãi ngôn. 此是陰陽不待言

---

[14] Họa bất toàn chủng: tai vạ chẳng kịp trở gót.
[15] dụ: bảo rõ

Tưởng Vân: Âm Dương chi diệu dụng thùy ư nhất. Hữu nhất hào tức hữu tam hào. Hữu nhất Quẻ tức hữu tam Quẻ. Cố viết Nhất sinh nhị. Nhị sinh tam. Thử nãi thiên địa chi huyền quan. Vạn vật sinh sinh chi thác thược[16] dã. Hựu khủng nhân nhận sơn thủy vi nhất. Nhi bất tri biện biệt. Cố ngôn sơn chi huyền quan tự quản sơn. Nhi thủy chi huyền quan tự quản thủy. Bất tương hỗn tạp. Cái sơn hữu sơn chi Âm Dương. Nhi thủy hữu thủy chi Âm Dương nhĩ. Thồng hồ thử nghĩa. Tắc thế chi ngôn long huyệt sa thủy giả. Chân vị mộng kiến hĩ.

Đại ý: phải biết rõ rệt rành mạch như bắt đầu từ một rồi đến hai toàn là những ám hiệu chứ không nói rõ ra như nhất Quẻ rồi lại nói tam Quẻ. Sơn phải phân biệt với thủy chớ có lẫn lộn khí vô hình khi áp dụng vào sơn và thủy.

Thức đắc Âm Dương huyền diệu lý 識得陰陽玄妙理
Tri kỳ Suy Vượng Sinh giữ Tử　知其衰旺生與死
Bất vấn tọa sơn giữ lai thủy　不問坐山與來水
Đản phùng tử xứ giai vô thu.　但逢死氣皆無取

Tưởng Vân: Thử tiết sướng ngôn Địa lý chi yếu. Chỉ tại Suy Vượng Sinh Tử chi biện dã. Suy Vượng hữu vận. Sinh Tử thừa thời. Âm Dương huyền diệu chi lý. Tại hồ tri thời nhi dĩ. Tọa sơn hữu tọa sơn chi khí vận. Lai thủy hữu lai thủy chi khí vận. Sở vị sơn quản sơn. Thủy quản

---
[16] then khóa

thủy dã. Nhị giả giai tu xu Sinh nhi ty Tử. Tòng Vượng nhi khứ Suy. Nhiên dục thức đắc thử lý. Phi chân tri Hà Lạc chi bí giả bất năng. Khởi tục sư sở truyền. Long thượng ngũ hành thu sơn. Hướng thượng ngũ hành thu thủy. Thuận nghịch Trường sinh chi thuyết. Sở năng án đồ chi khiên ký[17] giả hồ.

Đại ý: phải biết Âm Dương của sơn và thủy sau đó phải biết áp dụng Suy Tử Sinh Vượng Tục Sư dùng Trường sinh pháp là không đúng.

Tiên thiên La kinh thập nhị Chi	先天羅經十二支
Hậu thiên tái dụng Can giữ Duy	後天再用干 與維
Bát Can Tứ duy phụ chi vị	八干四維輔支位
Tử Mẫu Công tôn đồng thử suy.	子母公孫同此推

Tưởng Vân: La Kinh nhi thập tứ lộ. Dĩ thành chi tích. Nhân Nhân sở tri. Hà tu đặc cử. Thử tiết phi ngôn La kinh chế tạo chi pháp. Cái tương La kinh. Trực chỉ thư hùng giao cấu chi huyền quan. Dĩ minh Suy Vượng Sinh Tử chi tác dụng nhĩ. Thập nhị chi. Nãi chu thiên liệt tú chi thập nhị thứ xá. Cố viết Tiên Thiên. Địa đạo pháp Thiên. Tuy hữu thập nhị cung nhi vị phân bát quẻ. Mỗi quẻ tam hào. Nhi thập nhị cung bất túc dĩ tận địa chi số. Cố thập can thu Mậu Kỷ qui trung dĩ vi Hoàng Cực. Nhi phân bố bát can vi tứ chính chi phụ tá. Nhiên do vị túc quẻ hào chi số. Toại dĩ tứ ngung tứ quẻ. Phụ

---

[17] Án đồ khiên ký: xem hình mà học cưỡi ngựa.

thành tam bát. Ư thị quẻ vi mẫu nhi nhị thập tứ lộ chi vi tử yên. Quẻ vi chi công. nhi nhị thập tứ lộ vi chi tôn yên. Thức đắc tử mẫu công tôn. Tắc thư hùng chi giao cấu tại thử. Kim long chi huyết mạch tại thử. Long thần chi Suy Vượng Sinh Tử diệc tận hồ thử hĩ.

Đại ý: Cách dùng La kinh chớ nên chỉ biết 24 bộ vị một cách cứng nhắc. Biết được cách áp dụng 24 bộ vị tùy theo huyền không lý khí thì các vấn đề thư hùng giao cấu. Kim long huyết mạch Long thần suy vượng đều rõ.

Nhị thập tứ sơn phân thuận nghịch	二十四山分順逆
Cộng thành tứ thập hữu bát cục	共成四十有八局
Ngũ hành tức tại thử trung phân	五行即在此中分
Tổ tông khước tòng Âm Dương xuất	祖宗却從陰陽出
Dương tòng tả biên viên viên chuyển	陽從左邊團團轉
Âm tòng hữu lộ chuyển tương thông	陰從右路轉相通
Hữu nhân thức đắc Âm Dương giả	有人識得陰陽者
Hà sầu đại địa bất tương phùng.	何愁大地不相逢

Tưởng Vân: Thử nhất tiết thân ngôn thượng văn vị tận chi chỉ dã. Tử Mẫu Công Tôn. Như hà thu dụng. Cái nhị thập tứ sơn. Chỉ ứng nhi thập tứ cục. nhi nhất sơn chi cục. hựu hữu thuận nghịch bất đồng. như hữu thuận tử nhất cục. tức hữu nghịch tử nhất cục. nhất sơn lưỡng cục. Khởi phi tứ thập bát cục hồ. Thử cục đắc hà ngũ hành. Tắc long thần đắc hà ngũ hành. Ngũ hành bất tại thử trung phân hồ. Nhiên ngũ hành chi căn nguyên tông tổ. Phi thu hữu hình khả kiến. Hữu tích khả tầm chi nhị thập tứ sơn phân ngũ hành. Nãi tòng huyền không đại quẻ thư hùng giao cấu chi chân âm chân dương phân ngũ hành dã. luận chí thử. Huyền không lập quẻ chi nghĩa. Cơ hồ tận hĩ.

Nhi hựu khủng nhân bất tri Âm Dương vi hà vật. hựu trọng ngôn dĩ thân minh chi. Viết: Như dương tòng tả biên viên viên chuyển. Tắc âm tất tòng hữu lộ chuyển tương thông. Ngôn hữu âm tức hữu dương. Hữu dương tức hữu âm. Sở vị Âm Dương tương kiến. Thư hùng giao cấu. Huyền không đại quẻ chi bí chỉ dã. Ngôn tả hữu tắc thượng hạ tứ bàng. Giai như thị hĩ.

Thử tức thượng văn Long phân lưỡng phiến. Giang Nam long lai Giang Bắc vọng chi ý. Nhi phản phục ngôn chi giả dã. Kỳ nại thế nhân. Chỉ tòng hình tích thượng trứ nhãn. Bất năng lĩnh hội huyền không đại quẻ chi diệu. Cố hựu phát thán. Viết: hữu nhân thức đắc thử lý giả. nãi thức chân âm chân dương. Chân ngũ hành. Chân huyết mạch. Chân long thần. Tùy sở chỉ điểm. Giai thiên cơ chi diệu. Hà sầu đại địa bất tương phùng hồ. Nhược bất thức thử. Tuy đại địa đang tiền. Mục mê ngũ sắc. Vị hữu năng đắc kỳ chân giả dã.

Đại ý: Nhất sơn có hai cách dùng một âm một dương một thuận một nghịch. Chớ có căn cứ vào phương vị ngũ hành cố định mà luận Âm Dương. Được như thế thì không còn lo sợ không tìm thấy đất kết lớn. Trái lại nếu không hiểu Âm Dương thuận nghịch thì dù có đất kết lớn trước mặt cũng không biết mà dùng.

Dương sơn Dương hướng thủy lưu dương 陽山陽向水流陽
Chấp định thử thuyết thậm hoang đường 執定此說甚荒唐
Âm sơn Âm hướng thủy lưu âm 陰山陰向水流陰
Tiểu sát câu nệ đô nhất ban 笑殺拘泥都一般
Nhược năng khám phá cá trung lý 若能勘破個中理
Diệu dụng bản lai đồng nhất thể 妙用本來同一體
Âm Dương tương kiến lưỡng vi nan 陰陽相見兩為難
Nhất sơn nhất thủy hà túc ngôn. 一山一水何足言

Tưởng Vân: Hựu ngôn sở vị thức đắc Âm Dương giả. Nãi huyền không đại quẻ chân âm chân dương. Nhi phi thế chi sở vị tĩnh âm tĩnh dương dã. Nhược cứ tĩnh âm tĩnh dương chi thuyết. Tắc dương sơn tất tu dương hướng. Nhi thủy lưu dương. Âm sơn tất tu Âm hướng. Nhi thủy lưu âm. Thời sư câu câu ư thử. Nhi bất tri kỳ thực vô ích dã.

Chân Âm Chân Dương. Tự hữu cá trung chi diệu thế nhân bất đắc chân truyền. Vô tòng khám phá nhĩ. Nhược hữu minh sư chỉ điểm. Nhất ngôn chi hạ. Lập thời khám phá. Tắc tri bất đản tĩnh âm tĩnh dương bất khả phân. Sở vị chân âm chân dương giả. Tuy hữu Âm Dương chi danh. Nhi chỉ thị nhất vật. Hựu hà tòng phân. Ký tri Âm Dương vi nhất vật tắc tùy thủ niêm lai[18]. Vô phi diệu dụng.

Sơn giữ thủy vi nhất thể. Âm giữ Dương vi nhất thể. Nhị thập tứ sơn. Quẻ khí tương thông giả. Giai vi nhất thể hĩ. Phù tĩnh âm tĩnh dương giả. Nhất sơn chỉ luận nhất sơn chi Âm Dương. Nhất thủy chỉ luận nhất

---

[18] Tùy thủ niêm lai: tùy tay bắt lấy

thủy chi Âm Dương. Cố câu chấp hữu hình. Bất năng thương loại bàng thông nhĩ. Huyền không đại quẻ. Nhất sơn bất luận nhất sơn chi Âm Dương. Nhi luận giữ thử sơn tương kiến chi Âm Dương. Nhất thủy bất luận nhất thủy chi Âm Dương. Nhi luận giữ thử thủy tương kiến chi Âm Dương. Sở dĩ vị nan tri nan năng. Nhi nhập ư vi diệu chi vực[19]. Thử khởi tĩnh âm tĩnh dương chi thuyết. Câu ư hữu hình giả. Sở khả đồng niên nhi ngữ tai.

Đại ý: Tĩnh âm tĩnh dương không phải là phép Huyền không lý khí. Phép này phải được Minh Sư truyền thụ thì mới hiểu rõ sự diệu dụng của khí vô hình. Sơn và thủy không nên căn cứ vào phương vị hữu hình mà phải căn cứ vào sự gặp gỡ để luận Âm Dương (Âm Dương tương kiến).

Nhị thập tứ sơn song song khởi　二十四山雙雙起
Thiểu hữu thời sư thông thử nghĩa　少有時師通此義
Ngũ hành phân bố nhi thập tứ　五行分佈二十四
Thời sư thử quyết hà tăng ký.　時師此訣何曾記

Tưởng Vân: Thử tức thượng văn nhị thập tứ sơn phân thuận nghịch chi nghĩa. Nhi trọng ngôn dĩ thán mỹ chi. Song song khởi giả. Nhất thuận nhất nghịch. Nhất sơn lưỡng dụng. Cố viết song song dã. Ngũ hành phân bố giả. Nhị thập tứ sơn các tự vi ngũ hành. Bất tương giả tá dã. Tuy như thử vân. Nhi kỳ trung thực hữu áo nghĩa.

[19] Vực: khu mồ mả

218

Duy đắc bí quyết giả. Nãi năng thông chi. Thời sư đản tòng thư quyển trung sưu sách[20]. Tất bất đắc chi số dã. Ư thử khả kiến nhị thập tứ sơn. Thành cách hữu định.

Chấp Chỉ Nam giả. Nhân nhân năng ngôn chi. Nhi vi diệu chi cơ. Bất khả trắc thức hĩ.

Đại ý: Tuy biết mỗi sơn có hai cách dùng hay song song khởi nhưng nghĩa lý áo diệu khó mà suy nghĩ ra được. Chỉ khi nào đắc được bí quyết mới có thể thông hiểu nhị thập tứ sơn thành cách đã định. Nếu chỉ căn cứ vào Kim Nam Châm thì không thể hiểu được sự vi diệu như thế nào.

Sơn thượng long thần bất hạ thủy	山上龍神不下水
Thủy lý long thần bất thượng sơn	水裡龍神不上山
Dụng thử lượng sơn giữ bộ thủy	用此量山與步水
Bách lý giang sơn nhất hưởng gian.[21]	百里江山一響間

Tưởng Vân: Thử tức thượng văn sơn quản sơn. Thủy quản thủy chi nghĩa. Nhi trọng ngôn dĩ thán mỹ chi. Thả hựu dĩ thế nhân chi luận long thần. Đản dĩ sơn chi mạch lạc khả tầm giả vi long thần. Tức kỳ sở dụng thủy pháp. diệc dĩ sơn long chi pháp. Hạ cầu hồ thủy. dĩ tư[22] kỳ dụng nhĩ. Bất tri sơn giữ thủy. Các tự hữu long thần dã. Đặc vi chỉ xuất. Dĩ chính cáo thiên hạ hậu thế yên.

---

[20] Sưu sách: tìm tòi suy nghĩ
[21] Hưởng gian: Hưởng là ảnh hưởng hay tiếng vang và Gian là khoảng không gian.
[22] Tư: nhờ

Sơn thượng long thần. Dĩ sơn vi long giả dã. Chuyên dĩ sơn chi Âm Dương ngũ hành. Suy thuận nghịch Sinh Tử. Nhi thủy phi sở luận. Thủy lý long thần. Dĩ thủy vi long giả dã. Chuyên dĩ thủy chi Âm Dương Ngũ hành. Suy thuận nghịch Sinh Tử. Nhi sơn phi sở luận. Cương nhu dị chất. Táo thấp thù tính. Phân lộ dương tiêu. Bất tương giả²³ dã. Tức hữu sơn long nhi kiêm đắc thủy long chi khí dã. Diệc sơn tự vi sơn. Thủy tự vi thủy. Phi khả dĩ sơn chi Âm Dương ngũ hành. Hỗn nhập hồ thủy chi Âm Dương Ngũ hành dã. Sơn tắc lượng sơn dĩ biện sơn chi thuần tạp trường đoản. Thủy tắc lượng thủy dĩ biện thủy chi thuần tạp trường đoản.

Đắc thử phân dụng sơn thủy chi pháp. Bách lý giang sơn nhất lãm tại mục. Thử Thanh Nang chi bí quyết. Diệc Thanh Nang chi tiệp quyết dã. Ô hồ thử ngôn. Tự Tăng Công An phẩu lộ dĩ lai. Ư kim cơ hà niên hĩ. Nhi thế vô nhất nhân tri giả. Suy tai.

Đại ý: luận sơn thủy nên phân biệt chớ nên hỗn tạp. Từ khi Tăng Công An²⁴ thổ lộ những lời tâm huyết như thế đến nay qua bao ngàn năm mà không ai hiểu cả. Đời suy thế bại vậy thay.

Cánh hữu tĩnh Âm tĩnh Dương pháp	更有淨陰淨陽法
Tiền hậu bát xích bất nghi tạp	前後八尺不宜雜
Tà chính thụ lai Âm Dương thu	斜正受來陰陽取
Khí thừa Sinh Vượng phương vô sát	氣乘生旺方無煞
Lai sơn khởi đỉnh tu yếu tri	來山起頂須要知

---

²³ Giả: không thực
²⁴ Tăng Công An là đệ tử của Dương Công

Tam tiết tứ tiết bất tu câu   三節四節不須拘
Chỉ yếu long thần đắc Sinh Vượng   只要龍神得生旺
Âm Dương khước giữ huyệt trung thù   陰陽郤與穴中殊

Tưởng Vân: Thử tĩnh Âm tĩnh dương. Phi Dương long dương hướng thủy lưu dương chi tĩnh âm tĩnh dương dã. Cái long mạch chỉ tòng nhất quẻ lai tắc vị chi tĩnh. Nhược tạp tha quẻ. Tức vị chi bất tĩnh. Nhi biện tĩnh giữ bất tĩnh. Vưu tại thiếp thân nhất tiết. Hoặc tòng tiền lai. Hoặc tòng hậu chí. Tu cực thanh thuần. Bất đắc hỗn tạp. Bát xích ngôn kỳ tối cận dã. Ngôn thử vưu vi ách yếu. Sở vị huyết mạch dã. Nhất tiết dĩ hậu. Tắc thiểu khoan hĩ. Thử tiết tu thuần hồ long vận Sinh Vương chi khí. Nhược nhất tạp tha khí. Tức thị sát khí. Cát trung hữu hung hĩ. Lai thủy như thử. lai sơn diệc nhiên. Tu thẩm kỳ khởi đính xuất mạch kết huyệt. Nhất nhi tiết chi cận. Yếu đắc long thần Sinh Vượng chi khí. Cái long đính thượng tụ thụ khí quảng bác. Năng thao họa phúc chi bính. Tức hoặc trực lai trắc thụ chi huyệt. Kết huyệt chi xứ. Giữ lai mạch bất đồng. Nhi tiểu bất thắng đại. Khả vô ngu dã[25]. Thử dĩ tri sơn thượng long thần. Thủy lý long thần. Giai dĩ lai mạch cầu Sinh Vượng. nhi vưu trọng tại đáo đầu nhất tiết. Học giả bất khả bất thận tai.

Đại ý: Nơi khởi đính xuất mạch kết huyệt phương vị phải thanh thuần nhất quẻ sau đó lại được long thần Sinh Vượng cũng gọi là tĩnh âm tĩnh dương pháp. Tĩnh âm tĩnh dương pháp này khác với Tĩnh âm Tĩnh dương

---

[25] Khả vô ngu dã: không thể không đắn đo.

trong đó dùng Dương long Dương hướng thủy lưu
dương.

Thiên thượng tinh thần tự chức la	天上星辰似織羅
Thủy giao tam bát yếu tương qua	水交三八要相過
Thủy phát thành môn tu yếu hội	水發城門須要會
Khích như hồ lý Ưng giao Nga.	郤如湖裡雁交鵝

Tưởng Vân: Thử dĩ thiên tượng chi kinh vĩ. Dụ thủy
pháp chi giao hội dã. Liệt tú phân bố chu Thiên. Nhi vô
thất chính dĩ giao thác kỳ trung. Tắc kiền đạo bất thành.
Nhi tứ thời thất kỷ hĩ. Cán thủy lưu hành địa trung. Nhi
vô chi lưu dĩ giới cát kỳ tế. Tắc địa khí bất thu. Nhi lập
huyệt vô cứ hĩ. Cố nhị thập tứ sơn chi thủy. Kỳ gian tất
hữu giao đạo tương qua. Nhiên hậu huyết mạch chân
nhi Kim long động.

Đại cán tiểu chi. Lưỡng thủy tương hội. Hợp
thành tam thoa nhi xuất. Sở vị thành môn giả thị dã. Hồ
lý Ưng giao Nga. Ngôn nhất thủy tòng tả lai. Nhất thủy
tòng hữu khứ. Lưỡng thủy tương qua. Như Nga Ưng chi
nhất vãng nhất lai dã. Tường ngôn thủy long thẩm mạch
chi pháp. nhi lập huyệt chi diệu tại kỳ trung hĩ.

Đại ý: Đây nói về cách lập huyệt căn cứ vào hai dòng
nước ứng dụng ở những nơi không có núi non hay còn
gọi là Thủy Long lập huyệt phương pháp. Các Chân Sư
thường nói "khí vô giới bất thu, long vô giới bất thanh,

mạch vô giới bất chỉ, Huyệt vô giới bất đích" cũng đồng một nghĩa.

Phú quý bần tiện tại thủy thần	富貴貧賤在水神
Thủy tại sơn gia huyết mạch tinh	水是山家血脈精
Sơn tĩnh thủy động hoạch dạ định	山靜水動畫夜定
Thủy chủ tài lộc Sơn nhân đinh	水主財祿山人丁
Kiền Khôn Cấn Tốn hiệu ngự nhai	乾坤艮巽號禦街
Tứ đại tôn Thần tại nội bài	四大尊神在內排
Sinh khắc tu bằng ngũ hành bố	生剋須憑五行佈
Yếu thức thiên cơ huyền diệu xứ	要識天機玄妙處
Kiền Khôn Cấn Tốn thủy trường lưu	乾坤艮巽水長流
Cát thần tiên nhập gia hào phú.	吉神先入家豪富

Tưởng vân: Kiền Khôn Cấn Tốn. Các hữu Suy Vượng Sinh Tử. Phi khả khái dụng. Tu dụng ngũ hành biện kỳ sinh khắc. Sinh tức sinh vượng. Khắc tắc suy tử. Sinh vi cát thần. Tử vi hung thần. Yếu tại huyền không đại quẻ. Cố vân thiên cơ huyền diệu xứ dã.

Đại ý: Phải áp dụng Huyền Không đại quẻ để luận sinh khắc. Sinh là Sinh Vượng khắc là Suy Tử. Các phương Kiền Khôn Cấn Tốn tuy là những nơi có ảnh hưởng lớn nhưng cũng đều có Suy Vượng Sinh Tử không nên dùng một cách khái quát.

Thỉnh nghiệm nhất gia cựu nhật phần	請驗一家舊日墳
Thập phần mai hạ cửu phần bần	十墳埋下九墳貧
Tuy hữu nhất phần năng phát phúc	惟有一墳能發福
Khứ thủy lai sơn tận hợp tình.	去水來山盡合情

Đại ý: Đây là nói phần mộ cái nào sơn thủy hợp thời hợp vận thì phát phúc. Trái lại không hợp thời hợp vận thì không phát phúc.

Tống triều bản thị Âm Dương huyền	宗廟本是陰陽元
Đắc tứ thất lục nan vi toàn	得四失六難為全
Tam tài lục kiến tuy vi diệu	三才六建雖為妙
Đắc tam thất ngũ tận vị thiên	得三失五盡為偏
Cái nhân Nhất Hạnh nhiễu ngoại quốc	蓋因一行擾外國
Toại bả ngũ hành điên đảo biên	逐把五行顛倒編
Dĩ ngoa truyền ngoa cánh bất minh	以訛傳訛竟不明
Sở dĩ họa phúc vi hồ loạn.	所以禍福為胡亂

Tưởng Vân: Thử tiết bàng dẫn thế tục ngũ hành chi mậu. Dĩ kiến Địa lý chi đạo. Duy hữu huyền không đại quẻ. Khán thư hùng chi pháp. Sở dĩ tôn sư truyền. Giới hậu học dã. Cái Đường dĩ hậu. Chư gia ngũ hành. Tạp loạn nhi xuất. Tương dĩ nhiễu ngoại quốc. Nhi phản dĩ họa Trung Hoa. Chí kim dĩ ngoa truyền ngoa. Lưu độc vạn thế. Tăng công sở dĩ biện chi thâm thiết dã dư.

Đại ý: Tăng Công An là học trò Dương Công cho biết Nhất Hạnh Thiền Sư muốn đánh lạc hướng ngoại quốc về Địa lý nên đã làm ra các sách Địa lý giả. Do đó, mà hiện nay có rất nhiều phương pháp không đúng di hại cho các người đi sau đến muôn đời.

THANH NANG TỰ - HÁN NGỮ

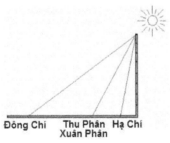

Đông Chí   Thu Phân   Hạ Chí
          Xuân Phân

青囊序 唐曾求已公安甫著

楊公養老看雌雄。天下諸書對不同。

雌雄者。陰陽之別名乃不云陰陽。而云雌雄者言陰陽。則

陰自爲陰陽自爲陽疑乎對待之物互顯其情者也故善

言陰陽者必言雌雄觀則不必更觀其雄而知必有雄

以應之觀雄則不必更觀其雌而知必有雌以配之天地

者大雌雄也山川雌雄中之顯象者也地有至陰之氣以

招攝天之陽精天之陽氣日下交乎地而無形可見止見

其草木百穀春榮秋落蛟龍虫豸升騰蟄藏而已故聖人

制婚姻男先乎女亦以陰之所在陽必求之山河大地其

可見之形皆陰也實有不可見之陽以應之所謂雌雄者

也故地理家不日地脉而日龍神言變化無常不可以跡

求者也青囊經所謂陽以求陰陰以含陽者此雌雄也所

謂陽本陰陰育陽者此雌雄也所謂陰陽用陽朝陽用陰應
者此雌雄也所謂資陽以昌用陰以成者此雌雄也楊公
得青囊之秘洞徹陰陽之理晚年其術盆精以此濟世即
以此養生然其中秘密惟有看雌雄之一法此外更無他
法夫地理之書汗牛充棟獨此一法不肯筆之於書先賢
口口相傳間世一出蓋自管郭以來古今知者不能幾人。
既非聰明智巧可能推測又豈閱覽博物所得與聞會者
一言立曉不知者累牘難明若欲向書卷中求之更河漢
矣故日天下諸書對不同也曾公安親受楊公之秘故其
所言深切著明如此彼公安者豈欺我哉。

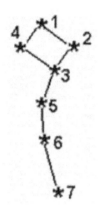

先看金龍動不動。次察血脉認來龍。

此以下乃言看雌雄之法也。金龍者氣之無形者也。龍本

非金而云金龍者乃乾陽金氣之所生故曰金龍動則屬

陽靜則屬陰氣以動爲生以靜爲死生者可用死者不可

用。其動大者則大用之其動小者則小用之此指金龍之

消長言也消長既明斯可辨其血脉血脉卽金龍之血脉。

非龍而實龍之所自來所謂雌雄者也觀血脉之所自來。

卽知龍之所自來矣察察其血脉之來自何方也知血脉

之來自何方卽可認龍之來自何方矣此楊公看雌雄之

秘訣而非世人倒杖步量之死格局也。

龍分兩片陰陽取水對三叉細認踪。

兩片卽雌雄陰在此則陽必在彼兩路相交也三叉卽後

城門界水合處必有三叉細認踪卽察血脉以認來龍也。

知三叉之在何方則知來龍之屬何脉矣。

江南龍來江北望。江西龍去望江東。

此所謂兩片也。金龍本在江南而所望之氣脉反在江北。

金龍本在江西而所望之氣脉反在江東蓋以有形之陰

質求無形之陽氣也楊公看雌雄之法皆從空處爲真龍。

故立其名曰大玄空雖云兩片實一片也。

卜世宅都宮

是以聖人卜河洛瀍澗二水交華嵩相其陰陽觀流泉卜年

此即周公卜洛之事以證地理之道惟在察血脉認來龍

也聖人作都不言華嵩之脉絡而言瀍澗之相交則知所

認之來龍認之以瀍澗也又引公劉遷豳相陰陽觀流泉。

以合觀之。見聖人作法千古一揆也。

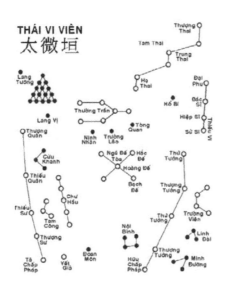

THÁI VI VIÊN
太微垣

晉世景純傳此術演經立義出玄空朱雀發源生旺氣。二一

講說開愚蒙。

推原玄空大卦。不始於楊公蓋郭景純先得青囊之秘演

而立之直追周公制作之精意者也乃其義不過欲朱雀

發源得生旺之氣耳。來源既得生旺卽是來龍生旺而諸

福坐致矣。來源若非生旺。則來龍亦非生旺。而禍不旋踵

矣景純當日以此開喻愚蒙其如愚蒙之領會者少也。

俗註龍取生旺之氣於穴中水取生旺之氣於穴前又指氣之生旺為長生帝旺墓庫
合三叉者非

232

一生二兮二生三三生萬物是玄關山管山兮水管水此是

陰陽不待言。

陰陽之妙用始於一有一爻即有三爻有一卦即有三卦。

故曰一生二二生三此乃天地之玄關萬物生生之橐籥①

也又恐人認山水爲一而不知辨別故言山之玄關自管

山。而水之玄關自管水。不相混雜。蓋山有山之陰陽。而水

有水之陰陽爾通乎此義。則世之言龍穴砂水者眞未夢

見矣。

註生墓三合爲玄關者非

233

識得陰陽玄妙理。知其衰旺生與死。不問坐山與來水但逢

死氣皆無取。

此節暢言地理之要。只在衰旺生死之辨也。衰旺有運。生

死乘時。陰陽玄妙之理。在乎知時而已。坐山有坐山之氣

運。來水有來水之氣運。所謂山管山水管水也。二者皆須

趨生而避死。從旺而去衰。然欲識得此理。非真知河洛之

祕者不能豈俗師所傳龍上五行收山向上五行收水。順

逆長生之說。所能按圖而索驥者乎。

234

先天羅經十二支後天再用干與維八干四維輔支位子母

公孫同此推。

羅經二十四路已成之跡。人人所知何須特舉此節非言

羅經制造之法蓋將羅經直指雌雄交媾之玄關以明衰

旺生死之作用爾十二支乃周天列宿之十二次令故曰

先天地道法天雖有十二宮而位分八卦每卦三爻而十

235

二宮不足以盡堪之數。故十干取戊己歸中以爲皇極而

分布八干爲四正之輔佐。然猶未足卦爻之數遂以四隅

四卦。補成三八。於是卦爲之母。而二十四路爲之子爲

爲之公而二十四路爲之孫焉。識得子母公孫則雌雄之

交媾在此。金龍之血脈在此龍神之衰旺生死亦盡乎此

矣。

俗註子寅辰乾丙乙一龍爲公午申戌坤辛壬二龍爲母卯巳丑艮庚丁三龍爲子酉亥未巽癸甲四龍爲孫非。

236

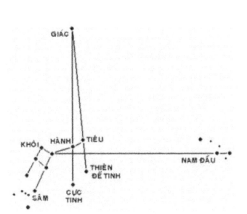

二十四山分順逆。共成四十有八局。五行即在此中分祖宗

却從陰陽出。陽從左邊團團轉陰從右路轉相通有人識得

陰陽者。何愁大地不相逢。

此一節申言上文未盡之旨也子母公孫如何取用蓋二
十四山止應二十四局而一山之局又有順逆不同如有
順子一局即有逆子一局一山兩局豈非四十八局乎此
局得何五行則龍神得何五行五行不在此中分乎然五
行之根源宗祖非取有形可見有跡可尋之二十四山分
五行乃從玄空大卦雌雄交媾之眞陰眞陽分五行也論
至此玄空立卦之義幾乎盡矣而又恐人不知陰陽爲何
物又重言以申明之曰如陽從左邊團團轉則陰必從右
路轉相通言有陰即有陽有陽即有陰所謂陰陽相見雌
雄交媾玄空大卦之秘旨也言左右則上下四旁皆如是

矣。此即上文龍分兩片。江南龍來江北望之意。而反覆言
之者也其奈世人止從形跡上著眼不能領會立空大卦
之妙。故又發嘆曰有人識得此理者乃識眞陰陽眞五行。
眞血脉。眞龍神。隨所指點皆天機之妙。何愁大地不相逢
乎。若不識此雖大地當前目迷五色未有能得其眞者也。

俗註陽龍左行爲順陰龍右行爲逆陽亥龍左行爲甲木陰亥龍右行爲乙木之類非

陽山陽向水流陽。執定此說甚荒唐。陰山陰向水流陰笑殺
拘泥都一般若能勘破個中理妙用本來同一體。陰陽相見

兩為難。一山一水何足言。

又言所謂識得陰陽者乃玄空大卦眞陰眞陽。而非世之

所謂淨陰淨陽也若據淨陰淨陽之說則陽山必須陽向。

而水流陽陰山必須陰向。而水流陰時師拘拘於此而不

知其實無益也眞陰眞陽。自有個中之妙世人不得眞傳。

無從勘破耳若有明師指點。一言之下立時勘破則知不

但淨陰淨陽不可分所謂眞陰眞陽者雖有陰陽之名而

止是一物。又何從分既知陰陽為一物則隨手拈來無非

妙用山與水為一體。陰與陽為一體二十四山卦氣相通

者皆為一體矣夫淨陰淨陽者。一山止論一山之陰陽一

水止論一水之陰陽。故拘執有形不能觸類旁通耳玄空
大卦。一山不論一山之陰陽而論與此山相見之陰陽一
水不論一水之陰陽而論與此水相見之陰陽所以爲難
知難能而入於微妙之域此豈淨陰淨陽之說拘於有形
者。所可同年而語哉。

二十四山雙雙起。少有時師通此義。五行分布二十四。時師

此訣何曾記。

此卽上文二十四山分順逆之義而重言以嘆美之雙雙

起者。一順一逆一山兩用。故曰雙雙也。五行分布者二十

四山各自爲五行。不相假借也雖如此云而其中實有奧

義。惟得祕訣者乃能通之時師但從書卷中搜索必不得

之數也於此可見二十四山成格有定。執指南者人人能

言之而微妙之機不可測識矣。

242

山上龍神不下水。水裏龍神不上山用此量山與步水百里

江山一晌間。

此即上文山管山水管水之義而重言以嘆美之且又以

世人之論龍神但以山之脈絡可尋者爲龍神即其所用

水法亦以山龍之法下求乎水以資其附耳不知山與水。

乃各自有龍神也特爲指出以正告天下後世爲山上龍

神以山爲龍者也專以山之陰陽五行推順逆生死而水

非所論水裏龍神以水為龍者也專以水之陰陽五行推

順逆生死。而山非所論剛柔異質燥溼殊性分路揚鑣不

相假也即有山龍而兼得水龍之氣者。亦山自為山水自

為水非可以山之陰陽五行混入乎水之陰陽五行也山

則量山以辨山之純雜長短。水則步水以辨水之純雜長

短得此山水分用之法百里江山一覽在目此青囊之祕

訣亦青囊之捷訣也嗚呼此言自曾公安剖露以來於今

幾何年矣。而世無一人知者哀哉。

俗註論山用雙山五行從地卦查來龍八首論水用三合五行從天卦查水神去來者

非

244

一更有淨陰淨陽法前後八尺不宜雜。斜正受來陰陽取。氣乘

生旺方無煞來山起頂須要知。三節四節不須拘只要龍神

得生旺陰陽却與穴中殊。

此淨陰淨陽。非陽龍陽向水流陽之淨陰淨陽也蓋龍脉

只從一卦來。則謂之淨。若雜他卦。卽謂之不淨。而辨淨與

不淨尤在貼身一節。或從前來。或從後至。須極清純不得

混雜。八尺言其最近也。言此尤為扼要。所謂血脉也。一節

以後則少寬矣。此節須純乎龍運生旺之氣。若一雜他氣。

卽是煞氣。中有凶矣。來水如此。來山亦然。須審其起頂

出脉結穴。一二節之近。要得龍神生旺之氣。蓋龍頂上聚。

受氣廣博。能操禍福之柄。卽或直來側受之穴結穴之處。

與來脉不同。而小不勝大。可無虞也。此以知山上龍神水

裏龍神皆以來脉求生旺。而尤重在到頭一節。學者不可

不慎也。

天上星辰似織羅。水交三八要相過。水發城門須要會卻如

湖裏雁交鵝。

此以天象之經緯。喻水法之交會也。列宿分布周天。而無

七政以交錯其中。則乾道不成。而四時失紀矣。幹水流行

地中而無支流以界割其際。則地氣不收。而立穴無據矣。

故二十四山之水。其間必有交道相過。然後血脈眞而金

龍動。大幹小支兩水相會。合成三叉而出所謂城門者是

也。湖裏雁交鵝言一水從左來。一水從右去。兩水相遇如

鵝雁之一往一來也。詳言水龍審脈之法。而立穴之妙在

其中矣。

富貴貧賤在水神。水是山家血脈精。山靜水動晝夜定。水主

財祿山人丁乾坤艮巽號御街四大尊神在內排。生剋須憑

五行布。要識天機玄妙處乾坤艮巽水長流。吉神先入家豪

富。

故云天機玄妙處也。

乾坤艮巽各有衰旺生死。非可槩用須用五行辨其生剋。

生卽生旺剋卽衰死。生爲吉神死爲凶神要在玄空大卦。

來山盡合情。

請驗一家舊日墳十墳埋下九墳貧惟有一墳能發福去水

（直解）如十墳用十處。有山情好者有水法好者有山水

248

無情者有發福者有衰敗者地非一處盛衰亦無一定自

然之理也楊公獨舉十墳埋下之句。蓋屬假借之辭申言

用法之得弗得也謂此十墳用於一處則九墳之前後左

右來山去水坐山朝向乘氣收水方位干支與此一墳總

是一般模樣。既是一般。則九墳之盛衰宜與此墳一般為

是。乃九墳敗而一墳獨發者何也墳之形局雖同所用之

時各有先後時有先後坐山朝向雖是一般。在在之陰陽

各別。陰陽既別則五行之消長氣運之盈虛自有合與不

合。合情者惟此一墳。體與用。消與長處處用得合法也。

249

宗廟本是陰陽玄得四失六難爲全三才六建雖爲妙得三

失五盡爲偏。蓋因一行擾外國遂把五行顚倒編以訛傳訛

竟不明所以禍福爲胡亂。

此節旁引世俗五行之謬以見地理之道惟有玄空大卦。

看雌雄之法所以尊師傳戒後學也蓋唐以後諸家五行。

雜亂而出將以擾外國而反以禍中華至今以訛傳訛流

毒萬世曾公所以辨之深切也歟。

250

BÌNH SA NGỌC XÍCH BIỆN NGỤY TỔNG QUÁT CA

Bình Sa Ngọc Xích thường được người đời ưa chuộng tôn sùng và gọi tắt là Ngọc Xích kinh, nhưng theo Tôn Sư Tưởng Đại Hồng lại cho rằng đây là Ngụy thư hại người như độc dược. Tưởng Công phân tách cái sai và ghi lại trong sách "Bình Sa Ngọc Xích Biện Ngụy" như Thuận Thủy kết cục và Tam Hợp Tứ Đại Cục.

Ngoài ra Tưởng Công còn sai đệ tử Khương Diêu tóm tắt và làm thành một bài thơ "Bình Sa Ngọc Xích Biện Ngụy Tổng quát ca" cho mọi người dễ nhớ và căn dặn đi căn dặn lại: "Khuyến quân mạc tín thử hồ ngôn", tạm dịch là "Khuyên anh chớ tin lời nói hàm hồ ấy". Tác giả dịch âm bài thơ và chú thích các chữ tối nghĩa kèm theo bản Hán Văn để quý độc giả tham khảo.

Vạn quyển Kham Dư tổng thất chân
Bình sa ngọc xích tối kham sân (1).
Nhị lưu danh tính bằng y mạo
Khởi hữu đang niên thủ trạch tồn (2)

Khai quốc Bá Ôn thành tá mệnh
Thường tương diệu quyết định Càn Khôn
Vãn niên nhất kíp Thanh Nang bí
Tận tác thiên gia thạch thất trân

Thiên bảo bất dung nhân lậu tiết
Nhẫn tương ẩn họa trúng nhi tôn
Phiến ngôn song tự vô lưu ảnh
Khẳng tá tha nhân sỹ giáp danh

Bình trung diệc thị nguyên huân liệt
Cảm mạo hiềm nghi trước thử kinh
Thế thượng giang hồ hành khất giả
Chỉ tham phu thiển hảo thi hành

Hộ vị gia truyền như chí bảo
Hưng tai nhưỡng họa hại sinh dân
Hạnh ngộ ngã sư thùy mẫn cứu
Khổ tâm biện bác trước tư văn.

(1). Sân: Giận, cáu. (2): Thủ trạch tồn yên: Hơi tay còn vậy (Nhớ người trước làm ra mà đời sau được hưởng như sách vở). Khiếp hay kíp: Cái hòm nhỏ. Thùy: Rủ xuống mẫn thương sót. Nhưỡng: Gây ra.

Thiết khủng ngu phu mê bất ngộ
Quát thành lý cú hảo ca ngâm
Nguyện quân tế sát ca trung ý
Mạc uổng Tông Dương nhất phiến tâm

Thiên hạ sơn sơn đa thuận thủy
Thử thị hành long chi đại thể
Chân long phát túc bất tùy tha
Định thị chuyển quan tinh đặc khởi

Đặc khởi chi long biến hóa đa
Độ thủy nghịch hành bất kế lý
Ngọc xích khai chương thuyết thuận long
Thuận thủy trực xung vi đại chỉ

Thủy lai Giáp Mão Đoài bất thu
Thủy lai Đinh Ngọ Khảm bất thủ
Tất yếu tùy lưu đáo hợp khâm
Trực tả trực bôn danh lậu tủy

Toàn vô chân tức ấm long thai
Sơn huyệt bình dương giai thất qũy (3)
Khuyến quân mạc thính thử hồ ngôn
Ngộ hướng thuận lưu tham mạch lý

(3) Qũy: Quỹ đạo. Tham: Tìm tòi

253

Bát phương vị vị hữu chân long
Hào tượng can chi tổng nhất đồng
Sơn mạch Âm Dương phân lưỡng giới
Thử thị thiên nhiên tạo hóa công

Dương mạch xuất thân dương đáo để (4)
Âm mạch xuất thân âm vi tông
Tòng vô ngụy lai tịnh ngụy lạc
Khởi hữu quý tiện phân thư hùng

Nhược thị chân thai thành cốt tướng
Càn Khôn Thìn Tuất dã tranh vanh (5)
Nhược thị không vong vô khí mạch
Tốn Tân Hợi Cấn tận chiêu hung

Phẩm (6) thủy Bình sa nguyên nhất lệ (7)
Tam cát lục tú hữu hà công
Khuyến quân mạc thính thử hồ ngôn
Vượng tướng cô hư lý bất thông

Ngũ hành tương sinh dữ tương khắc
Thử thị Hậu Thiên thô lệ chất
Sơn xuyên diệu khí bản Tiên Thiên
Sinh bất tu sinh khắc phi khắc

(4) Để: Đến đáy.
(5) Tranh vanh: Tài hoa, tài trội, hàm ý tốt đẹp.
(6) Phẩm: Nghĩa là phê bình, như bình phẩm.
(7) Lệ: là gạo trắng, loại tốt.

Mộc hành kim địa phản thành tài
Hỏa nhập thủy hương chân phối thất
Nam Ly lô dã (8) xuất chân kim
Âm Dương diệu xứ toàn tu nghịch

Nguyên thuyết ngũ hành điên đảo điên
Dung dung chi bối hà năng thức
Tiên Thiên lý khí tại quẻ hào
Sinh vượng hưu tù thử trung xuất

Lượng sơn bộ thủy tổng nhất ban
Lập hướng thu sa phi nhị cách
An hữu Trường Sinh cập quan vượng
Toàn vô mộ khố giữ tử tuyệt

Quẻ nhược vượng thời lộ lộ thông
Quẻ nhược suy thời lộ lộ tắc
Hữu nhân thức đắc quẻ hưng suy
Nhãn tiền tận thị Hoàng kim mạch (9)

Nạp giáp bản thị quẻ trung nguyên
Dụng tha phối hợp giai phi đích
Kham tiếu tam hợp cập song sơn
Huyền không sinh xuất tịnh khắc xuất

Cánh hữu lộc mã cập xá văn (10)
Hàm trì Hoàng tuyền Bát diệu sát
Dung nô chỉ bả Trường Sinh luận
Ngộ tận thiên nhai thông tuệ khách

(8) Dã: Đúc. (9) Mạch: Bờ ruộng, đất phía đông.
(10) Xá văn là Xá văn tinh, đất có thì được ân xá.

255

Khuyến quân mạc thính thử hồ ngôn
Ngũ hành canh mịch chân tiêu tức
Thư hùng giao cấu đại Âm Dương
Nguyệt quật thiên căn quẻ nội tàng

Thử thị Kiền Khôn tạo hóa bàn
Hội (11) thời tiên hiệu pháp trung vương
Dương Công thuyết cá viên viên chuyển
Nhất tả nhất hữu lưỡng phân trương

Minh minh chỉ xuất phu hòa phụ
Hữu cá đơn thời tiện thị song
Nhị thập tứ sơn song song (12) khởi
Bát quẻ chi trung định đoản trường

Khởi liệu dung nô đa thác giải.
Can chi tự (13) thượng khứ thương lượng
Ngộ (14) khởi Trường Sinh phân lưỡng Cục
Hội đồng mộ khố đáo kỳ hương.

Vị tăng hiểu đắc chân giao cấu
Nã lý (15) hoài thai hoán (16) phụ nương (17)
Ngã tức nhữ ngôn lai giáo nhữ (18)
Âm Dương chỉ khí bất chỉ phương.

Giáp Canh Nhâm Bính thị Dương vị
Hữu thời chiêm Âm bất hoán Dương
Ất Tân Đinh Quý thị Âm vị
Hữu thời chiêm Dương tức hoán Dương.

(11) Hội: Thông hiểu. (12) Song Song: Cặp đôi. (13) Tự: Chữ.
(14) Ngộ: Lầm lẫn. (15) Nã lý: Nơi đó. (16) Hoán: kêu, gọi.
(17) Nương: Người Nữ. (18) Nhữ: Anh.

Âm Dương diệu tại Can Chi thượng
Bất dụng bài lai tử sát phương
Nhãn tiền phu phụ bất thức đắc
Khước (19) tương quả phụ thủ không phòng.

Khuyến quân mạc thính thử hồ ngôn
Huyền khiếu tương thông biệt chủ trương
Tứ đại thủy khẩu quy kỳ vị
Thử thị quẻ chi chân thất phối.

Như hà thuyết đáo mộ khố phương.
Tả toàn Hữu toàn lai truyền hội
Tứ thủy tứ quẻ trục nguyên luân
Nhất nguyên nhất quẻ thừa (20) vượng khí.

Chu lưu bát quẻ trục thời tân (21)
Hội giả Dương công tái xuất thế.
Kim tương mộ hợp tác quy nguyên.
Thất vận thất nguyên nghinh sát khí.

Khuyến quân mạc thính thử hồ ngôn
Dương sai âm thác phi tư nghĩa.
Công vị diệc tự quẻ trung lai
Trưởng thiếu trung nam các hữu thai.

Bất luận Can Chi tịnh long mạch.
Như hà diệc thủ tam hợp suy.
Thai dưỡng sinh mộc nãi vân Trưởng.
Trung tử quan lâm cập Vượng suy

(19) Khước: Lai. (20) Thừa: Chuyên, chở. (21) Tân: Mới

257

Thiếu tử Bệnh tử tịnh mộ tuyệt
Nhược nhiên đa tử tác hà bài
Thế nhân tín thử tranh phòng phân
Đình tang bất táng lãnh vi hôi

Cánh khởi âm mưu tương tặc hại
Thương luân miệt lý chiêu thiên tai
Hãm nhân bất hiểu tịnh bất mục
Thử quyển ngụy thư tác họa thai.

Ngã nguyện kim nhân chỉ cầu địa
Đắc địa an thân đại bản bồi
Thân an chúng tử giai mông khánh (22)
Hưu bả phân phòng khứ loạn sai.

Thí (23) khán phiệt duyệt (24) chư danh mộ.
Nhất tổ chi chi sản chúng tài.
Phân phòng cái vi phân Dương trạch
Mạc luận thiên hà đáo dạ đài (25).

Bình sa nhất quyển hà nhân tác
Chú giải phiên phiên (26) vưu xú ác.
Thiêm (27) đồ thiêm cục tử quy mô.
Cường bả sơn xuyên lao thúc (28) phược.

Túng hiềm thất khước Bố Y (29) tông.
Chi mô trực thị truy hồn tạc
Gia long dĩ thượng vô thử thư.
Vạn lịch trung niên phương phác sóc (30).

(22) Mông khánh: Vui mừng. (23) Thí: thí nghiệm. (24) Phiệt duyệt: Thế gia danh tộc. (25) Dạ đài: Ý nói mộ. (26) Phiên phiên: Nhanh nhẹn. (27) Thiêm hà: lệch hà khắc. (28) Lao thúc (Thái) phược: Bền chặt, cứng nhắc. (29) Bố y: Hiệu một danh sư. (30) Sóc: mới, ngày mông muội.

Tòng thử gia gia vô hảo phần
Khất kim biên (31) địa thành tiêu sách (32).
Yên đắc tương thư phó tổ long
Miễn sử (33) thương sinh (34) tao độc dược.

(31) Biên: khắp cả.
(32) Tiêu sách: Buồn bã.
(33) Miễn sử: tránh được.
(34) Thương sinh: Trăm họ

BẢN CHỮ HÁN BÌNH SA NGỌC XÍCH
BIỆN NGỤY TỔNG QUÁT CA

平砂玉尺辨偽總括歌 國朝 姜垚汝皋撰

萬卷堪輿總失眞平砂玉尺最堪嗔二劉名姓憑伊冒

豈有當年手澤存開國伯溫成佐命嘗將妙訣定乾坤

晚年一筴青囊秘盡作天家石室珍天寶不容人漏洩

忍將隱禍中兒孫片言隻字無留影肯借他人齒頰名

地理辨正疏一卷之五　書

素忠亦是元勳列敢冒嫌疑著此經。世上江湖行乞者

只貪膚淺好施行戶誦家傳如至寶與災釀禍害生民

幸遇我師垂憫救苦心辨駁著斯文竊恐愚夫迷不悟

括成俚句好歌吟願君細察歌中意莫枉宗陽一片心

天下山山多順水此是行龍之大體真龍發足不隨他。

定是轉關星特起特起之龍變化多渡水逆行不計里

玉尺開章說順龍順水直衝爲六旨水來甲卯兌不收

水來丁午坎不取必要隨流到合襟直瀉直奔名漏髓

全無真息葬龍胎山穴平陽皆失軌勸君莫聽此胡言

261

誤向順流探脈理八方位位有眞龍父象千支總一回。
山脈陰陽分兩界此是天然造化工陽脈出身陽到底
陰脈出身陰爲宗從無僞來并僞落豈有貴賤分雌雄
若是眞脈成骨相乾坤辰戌也崢嶸若是空亡無氣脈
巽辛亥艮盡招凶品水評砂原一例三吉六秀有何功
勸君莫聽此胡言旺相孤虛理不通五行相生與相尅
此是後天粗糲質山川妙氣本先天不須生尅非尅
木行金地反成材火入水鄉眞配匹南離爐治出眞金
陰陽妙處全須逆原說五行顛倒顚庸庸之輩何能識

262

先天理氣在卦爻生旺休囚此中出量山步水總一般

立向收砂非二格安有長生及官旺全無墓庫與死絕

卦若旺時路路通卦若衰時路路塞有人識得卦與衰

眼前盡是黃金陌納甲木是卦中元用他配合皆非的

琿笑三合及雙山元空生出并剋出更有祿馬及赦文

咸池黃泉八曜煞庸奴只把長生輪誤盡天涯聰慧客

勸君莫聽此胡言五行更覓真消息雌雄交媾大陰陽

月窟天根卦內藏此是乾坤造化本會時便號法中王

楊公說個團團轉一左一右兩分張明明指出夫和婦

有個單時便是雙二十四山雙雙起八卦之中定短長

豈料庸奴多錯解干支字上去商量誤起長生分兩局

會同墓庫到其鄉未曾曉得真交媾那裏懷胎喚父孃

我即汝言來教汝陰陽指氣不指方甲庚兩壬是陽位

有時古陰不喚陽乙辛丁癸是陰位有時占陽即喚陽

陰陽亦在干支上不用排求死煞方眼前夫婦不識得

却將寡婦守空房勸君真聽此胡言元竅相通別主張

四大水口歸其位此是卦之真四配如何說到墓庫方

左旋右旋求傳會四水四卦逐元輪一元一卦乘旺氣

周流八卦逐時新會者楊公再出世今將墓合作歸源

失運失元迎煞氣勸君莫聽此胡言陽差臨錯非斯義

公位亦自卦中來長少中男各有胎不論千支并龍脈

如何亦取三合推胎養生沐乃云長仲子冠臨及旺衰

少子病死并墓絕若然多子作何排世人信此爭房分

停喪不藝冷爲灰更起陰謀相賊害傷倫蔑理召天災

咱人不三并不睦此卷偽書作禍胎我願今人只求地

得地安親大本培親安衆子皆蒙慶休把分房去亂猜

試看閱閱諸名墓一祖枝枝產衆材分房蓋爲分陽宅

莫論偏枯到夜臺平砂一卷何人作。註解翻翻尤醜惡，

添圖添局死規模，把山川牢束縛從謙失却布衣宗、

之鎮直是追魂鑿嘉隆以上無此書萬歷中年方撲朔

從此家家無好墳迄今徧地成蕭索焉得將書付祖龍。

免使蒼生遭毒藥。

BÀI LONG QUYẾT VÀ
BÀI LONG ĐỒ

Bài Long Quyết còn được gọi với những tên khác như Tam Tinh Quyết hay Đô Thiên Bảo Chiếu Đồ Quyết là cách Lập Toạ Sơn Triều Hướng trong Tam Nguyên Huyền Không để bổ túc cho cách lập Hướng theo Thiên Nguyên Địa Nguyên và Nhân Nguyên Long.

1. Bài long quyết khẩu quyết

"Long thượng sơn sơn khởi phá quân,
phá quân thuận nghịch lưỡng đầu phân.
hữu liêm phá vũ tham lang vị,
điệp điệp ai gia phá tả văn.
phá cự lộc tồn tinh thập nhị,
thất hung ngũ cát định Càn Khôn.
chi kiêm can xuất chân long quý,
tu tòng nhập thủ nhận kì chân."

2. Bài Long đồ.

DẪN LONG (THUẬN NGOÀI)
GIÁP LONG (NGHỊCH TRONG)
(ÂM THUẬN, DƯƠNG NGHỊCH)

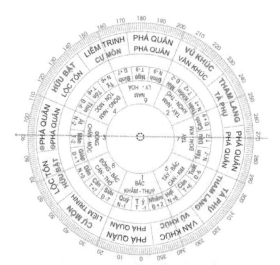

DẬU LONG (THUẬN VÒNG NGOÀI)
TÂN LONG (NGHỊCH VÒNG TRONG)
(ÂM THUẬN, DƯƠNG NGHỊCH)

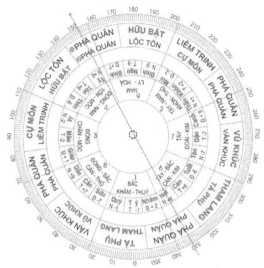

HỢI LONG (THUẬN VÒNG NGOÀI)
NHÂM LONG (NGHỊCH VÒNG TRONG)
(ÂM THUẬN, DƯƠNG NGHỊCH)

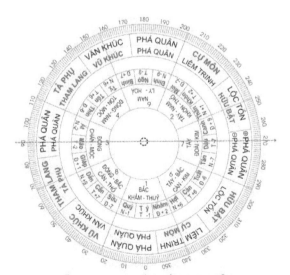

MÃO LONG (THUẬN VÒNG NGOÀI)
ẤT LONG (NGHỊCH VÒNG TRONG)
(ÂM THUẬN, DƯƠNG NGHỊCH)

MÙI LONG (THUẬN VÒNG NGOÀI)
KHÔN LONG (NGHỊCH VÒNG TRONG)
(ÂM THUẬN, DƯƠNG NGHỊCH)

NGỌ LONG (THUẬN VÒNG NGOÀI)
ĐINH LONG (NGHỊCH VÒNG TRONG)
(ÂM THUẬN, DƯƠNG NGHỊCH)

270

SỬU LONG, CẤN LONG
(ÂM THUẬN, DƯƠNG NGHỊCH)

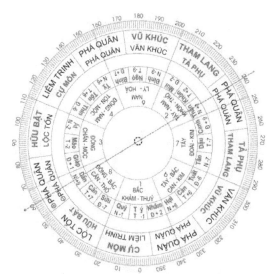

THÂN LONG (THUẬN VÒNG NGOÀI)
CANH LONG (NGHỊCH VÒNG TRONG)
(ÂM THUẬN, DƯƠNG NGHỊCH)

271

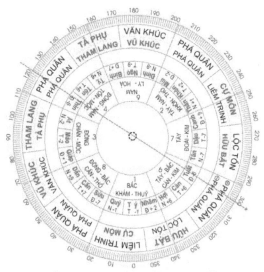

THÌN LONG (THUẬN VÒNG NGOÀI)
TỐN LONG (NGHỊCH VÒNG TRONG)
(ÂM THUẬN, DƯƠNG NGHỊCH)

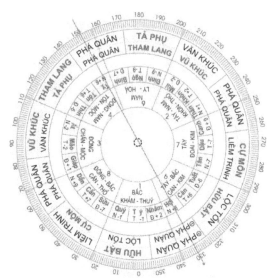

TỊ LONG (THUẬN VÒNG NGOÀI)
BÍNH LONG (NGHỊCH VÒNG TRONG)
(ÂM THUẬN, DƯƠNG NGHỊCH)

272

TUẤT LONG (THUẬN VÒNG NGOÀI)
CÀN LONG (NGHỊCH VÒNG TRONG)
(ÂM THUẬN, DƯƠNG NGHỊCH)

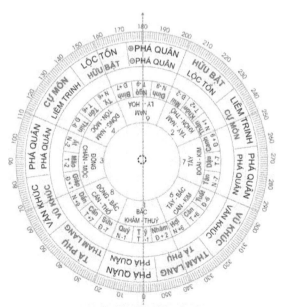

TÝ LONG, QUÝ LONG

273

TÒNG SƯ TÙY BÚT
Cối Kê Khương Diêu Nhữ Cao Phủ Trữ

Khương Diêu là đệ tử thân thiết được Tưởng Công cho phép chú thích "Thanh Nang Áo Ngữ" một phần của Thanh Nang kinh, một trong ba kinh điển của sách "Địa Lý Biện Chính". Tập "Tòng Sư Tuỳ Bút" ghi lại các mẩu chuyện liên quan khi theo Thầy học tập Phong Thủy.

Trong nội dung này tác giả chỉ dịch một phần, bao gồm 11 mục dưới đây, đồng thời có chú giải thêm theo sự học của bản thân.

1) Có một gia đình họ hàng bên ngoại tôi mời được nhiều Thầy trong thời gian 10 năm mới tìm được một cuộc đất kết đường cục hình thế tuyệt đẹp. Năm Khang Hy thứ 23 Giáp Tý táng vào Nhất vận lập Toạ Nhâm hướng Bính. Sau khi táng chưa đầy 1 năm cả nhà chết vì bệnh Dịch. Con cháu tranh tài sản kiện tụng đến nay vẫn chưa hết. Thầy tôi Đỗ Lăng Phu tử đến đứng trên huyệt quan sát rồi cười mà than rằng "địa thế hẳn là tuyệt đẹp nhưng tiếc khi an táng lại phạm Phản Ngâm/Phục Ngâm cho nên tai họa mới ghê gớm thế".

Phạm chú: Khi phi tinh dùng cho Sơn và Hướng nếu trở về cùng một số với Bát quái của Sơn hoặc Hướng thì là Phục Ngâm khí sẽ không lưu thông mà bế tắc để gây tai họa. Trong trường hợp Nhất vận thuộc số 1 Toạ Sơn là Nhâm thuộc cung Khảm là số 1 và Phi tinh của Toạ Sơn lại cũng là số 1 như thế là Phạm Phục Ngâm. Phản Ngâm sẽ đề cập sau nhưng nói chung số không giống nhau mà lại hợp lại thành 10 như cung số 1 thì Phi tinh lại số 9, ...

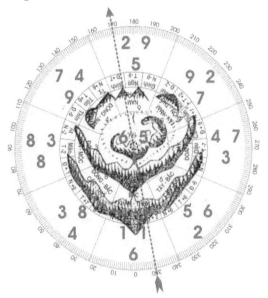

2) Diêu hỏi sự khác biệt giữa Châu Bảo và Hoả Khanh là thế nào. Thầy trả lời rằng Thông thì là Châu Bảo mà Bất Thông thì là Hoả Khanh. Nhưng mà coi thường hay coi trọng chính là ở chỗ giữa Châu Bảo và Hoả Khanh chẳng qua hiểu ra được mà thôi. Cho nên ngạn ngữ có câu "Ta táng đắc vương hầu người táng

đắc đạo tặc" lý do là phải biết mà biện luận cho rõ ra đó thôi.

Phạm Chú: Trường hợp tai họa cho gia đình bên ngoại là vì khí bất Thông cũng chỉ vì không biết huyền không phi tinh trong Tam Nguyên cửu vận để mà biết thế nào là Phạm Phục Ngâm.

3) Diêu hỏi phép Nạp Giáp với Ai tinh có hợp hay không Thầy trả lời rằng hợp một phần hay hợp hai phần là cùng. Bây giờ nói đến phép Nạp Giáp thì chẳng qua nói đến phần thể mà thôi, áp dụng Huyền Không mới thật là chân Nạp Giáp.

4) Thầy Tôi ở trong nhà Nguy Tướng quốc được xem bí kíp thấy mọi phép đều được nói đến rõ ràng nhưng duy chỉ một phép "Bắc Đẩu Đả Kiếp" là không có đề cập. Cho nên khi Thầy chú giải kinh Thiên Ngọc không dám viết ra rõ ràng và rồi một ngày lại cho tôi biết Bắc Đẩu Đả Kiếp tức là Khảm Ly nhị Quẻ mà thôi. Tôi suy nghĩ nghiên cứu mãi mới biết khi dùng Khảm quẻ thì với Tốn Đoài quẻ hợp thành Tam Bàn Quẻ và khi dùng Ly quẻ thì với Kiền Chấn quẻ hợp thành Tam Bàn quẻ. Sau đó lại đem hỏi, Thầy mỉm cười chỉ nói Anh nhớ lấy sự suy xét như thế chính là đường lối vậy. Hiểu được như vậy là hiểu nhiều lắm rồi đấy.

Phạm chú: Khi nói về phép Ai tinh thì thường chuộng Tam Bàn quẻ vì có sự liên kết giữa Ba cung quẻ với nhau mà tác dụng là làm tốt hơn phát lâu hơn hay hơn nữa lại biến Xấu thành Tốt như có một trường hợp Thượng Sơn Há Thuỷ mà không gây tai họa và lại có vẻ phát. Tuy nhiên Bắc Đẩu Đả Kiếp ngoài Tam Bàn Quẻ sẽ còn phải phối hợp Hà Đồ Sinh Thành Chi Số để khí lưu thông được dài hơn. Nguyên Lý liên kết của Tam Bàn quẻ giống như sự liên kết trong tam hợp tạo thành thế chân vạc như 1-4-7, 2-5-8 hay 3-6-9 và nhờ vào đó mà ảnh hưởng lây với nhau. Nếu tốt ở một chỗ thì thành ra ba chỗ tốt nhưng theo Thẩm Trúc Nhưng thì Song Tinh của Sơn Hướng Phi Tinh phải đáo hướng thì mới áp dụng được.

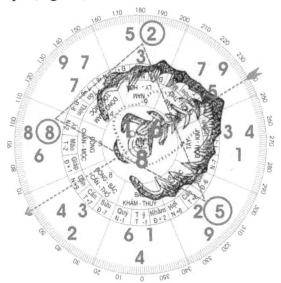

5) Năm Giáp Tý Thầy Tôi Đỗ Lăng Phu Tử làm Bốc Thọ Táng cho nhà họ Lưu ghi chú rõ Giáp Thân 20 năm sau ngoại trừ Ngũ Hoàng hội Lực Sĩ còn năm nào táng cũng được nhưng không được kiêm

Tỵ Hợi vì Kiêm thì Khí bất thuần, nghĩa là khí không cùng một loại. Tôi hỏi tại sao thì Thầy chỉ cười mà không nói. Sách chú thêm 20 năm sau Giáp Thân thuộc Nhị Vận Kiền Tốn Sơn Hướng là Vượng Sơn Vượng Hướng mà nếu kiêm Tỵ Hợi thì Nhị Hắc nhập trung Cung.

Phạm Chú: Trong vận 2 hay Nhị vận khi số 2 là vượng khí mà phải vào Trung Cung thì không thể có khí tốt ở Hướng hoặc Sơn, thường gọi là Nhập Tù (ở trong tù thì còn có tác dụng gì được nữa). Tại sao số 2 là vì thời thuộc về phép kiêm hướng Thế Quẻ, khi Tốn Kiền kiêm Tỵ Hợi thì phải dùng 2 chứ không được dùng Ai tinh quẻ là số 3. Trong Âm Trạch cũng dùng Ngũ Hoàng nhưng phải hội thêm sao Lực Sĩ thì mới gây tai họa chết người và trong vận 2 năm Đinh Dậu có Ngũ Hoàng hội Lực Sĩ tại cung Kiền.

Vận 2 thuộc Thượng Nguyên, các năm Canh Ngọ, Kỷ Mão, Mậu Tý, Đinh Dậu, Bính Ngọ, Ất Mão có Tứ Lục nhập trung cung, Ngũ Hoàng sẽ đáo hướng Càn; Lực sỹ thì năm Thân, Dậu, Tuất cũng sẽ đáo Càn cung. Vậy nên, vào năm Đinh Dậu cuộc này (Tức lập tọa Tốn hướng Càn) mới có cách "Ngũ hoàng hội Lực sỹ", sức mạnh của Ngũ hoàng gây họa là rất lớn, không thể Táng được.

6) Năm Bính Dần Thầy lại vì gia đình tôi Bốc một đồ hình và cũng căn dặn như trên (Tốn Kiền ... và không được kiêm Tỵ Hợi ....). Tôi lại hỏi tại sao Thầy chỉ nói sự học của anh còn thiếu xót nên câu trả lời đợi đến năm sau.

7) Năm Giáp Thìn Thầy tôi lại đến nhân dịp tôi lại hỏi và Thầy dậy rằng Kiêm Hướng thì phải dùng Khôn Nhâm Ất quyết còn không Kiêm thì chỉ dùng Hạ Quẻ là được rồi. Tôi chợt bỗng nhiên tỉnh ngộ và từ đó về sau chú kinh Thanh Nang Áo Ngữ như có búa để mở đường phá núi. Trong Thanh Nang Áo Ngữ chỉ đề cập đến 12 sơn mà không phải Sơn nào cũng có thể dùng bí quyết Khởi Tinh Khôn Nhâm Ất. Ngoài ra còn 12 Sơn nữa chưa có khẩu quyết. Lúc đó Thầy Tôi táng Cha ở Dư Diêu không có tiền mua đất nên tôi báo ơn Thầy 2000 Lạng vàng. Thầy cho Sứ Giả đến trao truyền cho tôi bí quyết như sau:

"Tý Quý Giáp Thân Tham. Mão Ất Mùi Khôn Nhâm Cự. Thìn Tuất Kiền Hợi Tốn Tỵ Vũ. Dậu Tân

Sửu Cấn Bính Phá. Ngọ Đinh Dần Canh Bật". Trong thư Thầy tôi ân cần dặn đi dặn lại về giới luật và cho biết đây là Bí mật trong Bí mật duy chỉ có tôi mới biết mà thôi. Cẩn thận không nên tiết lậu dù chỉ là 1 hay 2 phần. Tôi đắc thử Quyết sau nhờ đó mới chú Thanh Nang Áo Ngữ.

Phạm chú: Sau 3 lần hỏi Thầy và nhờ biết báo ơn Thầy 2 ngàn lượng vàng mới được Thầy trao truyền do đó mà biết sự học ngày xưa khó khăn như thế nào. Và nhờ vào sự việc được ghi chép lại trong Tòng Sư Tuỳ Bút nên mới biết Khôn Nhâm Ất quyết như thế nào.

8) Năm Canh Ngọ (2 năm sau) Thanh Nang Áo Ngữ được tôi chú thích xong thì Thầy lại đến xem và nói rằng "Anh chú thích hai câu Thức Chưởng Mô không khéo làm hiển lộ mất" nên tôi phải cải chính mà viết khác đi.

9) Thành môn nhất quyết khả dĩ ý hội bất khả ngôn truyền. Hiện tại bây giờ là nhị vận có táng một ngôi đất Toạ Dậu Hướng Mão dùng Cấn phương có thủy làm Thành Môn. Thầy tôi Đỗ Lăng Phu Tử cho là đồng nguyên hay từ một nguồn gốc mà ra thì dùng được. Lý do Khí này không khác gì khí ở trung cung mà khí ở trung cung cung do Thành môn mà ra. Tuy nhiên tôi cũng suy ngẫm thêm câu "Bát Quốc Thành Môn Toả Chính khí", tạm dịch là Thành môn Bát Quốc là cửa khoá của Chính khí nên thường dùng Bát

Quốc là điều tất nhiên.

Phạm Chú: Thành Môn theo hạ quẻ thì chỉ nên ở hai bên hướng hoặc phải hay trái mà thôi. Đồng nguyên là nói Thiên nguyên trong trường hợp này.

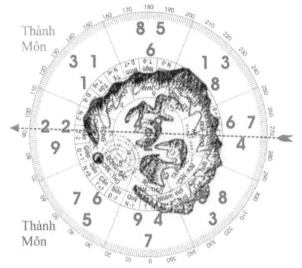

10) Thầy tôi Đỗ Lăng Phu Tử nói rằng Dương Thánh Đảo Trượng phép tắc không có phép tắc thứ hai. Thực ra chỉ là Nguyên Vận vượng tại cung nào thì dựa vào cung đó mà táng tự nhiên sẽ được Âm Dương chẳng cần dùng đến La Bàn.

11) Thầy tôi Đỗ Lăng Phu Tử nói rằng "Rất khó mà biết được là thể nào là Thiên Tâm mà Thiên Tâm ở giữa bàn tay ta, muốn biết thế nào là Thiên Tâm thì Thiên Tâm thế ấy như lời nói Nhân Lực Thắng Thiên hay nhiều khi sức con người có khi cũng thắng được trời vậy.

TẢ AO TIÊN SINH

(Ảnh Cụ Tả Ao được lưu truyền tại Việt nam hiện nay)

Dư tráng niên phiệt thứ Sơn Nam Trấn Giang phần. Chủng đắc thuyền khách nhi. Khách tặng dĩ kim. Dư khước chi. Khách viết:

Nhân sở ái giả Đinh giữ Tài dã. Ngô nhi tạ quân hồi sinh cố phụng thử báo. Khởi ý vị phù nhi bạc chi ra.

Dư từ viết: Đinh giả bản dã. Tài giả mạt giả. Nhi nghệ nãi dưỡng Đinh chi tư. Hà sách nhi dụng tận cánh lai tân túc hĩ. Hề tất hoàng kim chi nghịch lữ dĩ chiêu vô môn chi họa hồ.

Khách viết: Ẩn trượng phu dã. Cố lưu chi. Nhân thỉnh phàm hồi Quảng Đông.

Tướng chi Tướng viết: Thử tử My trường cơ điệt tiên nhãn thần quang đang thu dĩ Địa lý khả dã. Khách lang bị lễ dẫn nhập Công Dương Quân Tùng môn thỉnh vi dưỡng tử thu nghiệp tự Canh Tý chí Đinh Mùi gian. Diệc hữu tiết ký nhất nhị cẩn diễn lục chi dĩ vi tử tôn chuẩn thức đại tai.

Địa lý huyền cơ dã vô nan vô di. Nan nhi hề dị. Di nhi hề vô phù diệc đôn hồ.

Đức tinh hồ tâm nhi dĩ. Đức bản ư tu thân tâm, nãi học chi đắc tu hiềm giả nhi vị chân. Học trung danh nhi tiển thực. Cái do sở học vô sư hựu phi phục lực. Tại kỷ công quai hựu giáo ư nhân cánh muội vi quan. Thị cố tiên sinh sở thụ tất đãi hữu đức giả phi thị thiên kim vật tự.

Chi: Hoàng Lê Hồng Đức Thập Ngũ niên Cửu nguyệt nhật Nghệ An đạo Nghi xuân huyện Tả Ao xã Lão Phu Hoàng Thiên huân mộc cẩn tự.

"Tôi lúc tráng niên đi qua Sơn Nam Trấn giang phần[i] vớt được đứa bé con nhà thuyền khách[ii]. Tặng tiền Tôi từ khước. Khách[iii] nói rằng người ta ai cũng yêu người và tiền cả. Nay Tôi đền ơn cứu sống mà Ông từ chối chắc chưa phù hợp với ý Ông. Tôi nói rằng người vốn là gốc mà tiền là ngọn. Nhưng nghề nghiệp giúp đỡ nuôi sống con người hễ tiền hết lại có. Xin chớ lấy tiền làm cản trở người Lữ hành như cái tai họa không cửa mà đến vậy. Người khách nói rằng Ông quả là một bậc cao cả ẩn dật nên cố mời giữ lại. Nhân dịp thuyền buôn về Quảng Đông[iv]. Thầy xem tướng cụ Tả Ao nói rằng người này "lông my dài, bắp thịt rắn giỏi, cặp mắt tiên và có thần quang"[v] có thể học được Địa lý. Người khách làm lễ nhập học. Dương Quân Tùng [vi] môn và xin cho cụ làm con nuôi để học từ năm Canh Tý đến Đinh Mùi[vii]."

Trích dịch "Tả Ao Hoàng Thi Song Tiền"
"Huyền Cơ Mật Giáo Quyển nhất"[viii]
Thanh Oai Bối Khê Lê gia tàng.

Truyền thống Địa lý đã có từ lâu ở nước ta. Vào thế kỷ thứ 15 khoa Địa lý được cụ Tả Ao$_{ix}$ truyền bá sâu rộng. Cụ đã gia ân để mả cho nhiều gia tộc$_x$ và sự kết phát rất mầu nhiệm nên được người đời tôn là Thánh Địa lý nước ta. Danh tiếng Cụ vang sang cả Trung Hoa$_{xi}$. Phép nhận huyệt của cụ Tả Ao cũng được Trạng Trình Nguyễn Bỉnh Khiêm khâm phục$_{xii}$.

Tác phẩm của Cụ Tả Ao được lưu truyền là "Tả Ao Hoàng thị song tiền Huyền cơ mật giáo" trong đó "Tả Ao giã đàm ca" là phần tóm tắt các yếu tố quan trọng của khoa Địa lý là Long, Sa, Thủy, Huyệt.

Trong bài tựa Cụ đã ghi lại nhân duyên đưa đến việc Cụ sang Tàu thụ nghiệp Địa lý, thời gian Cụ thụ học và quan điểm của Cụ về môn học Địa lý.

TẢ AO GIÃ ĐÀM CA

1. Nhời này để truyền hậu thế
2. Ai học Địa lý theo học Tả Ao
3. Một là hay học càng cao
4. Hai là cố ý cứ điều phương ngôn^{xiii}
5. Ba là học thuộc Giã Đàm
6. Bốn là mở sách^{xiv} mà bàn cho thông
7. Chẳng qua ra đến ngoài đồng
8. Xem nước xem mạch^{xv} xem long mới tường
9. Lại có mạch Âm mạch Dương
10. Mạch nhược mạch cường mạch tử^{xvi} mạch Sinh^{xvii}
11. Sơn cốc^{xviii} mạch đá rành rành
12. Bình dương^{xix} mạch lẫn nhân tình khôn thông
13. Có mạch qua ao qua sông
14. Qua đầm qua núi qua đồng qua nương
15. Lại có mạch phát ngôi dương^{xx}
16. Nhìn xem cho tường ấy mạch làm sao
17. Mạch thô đi chẳng khép vào
18. Mạch đi một chiều mạch cầu phát dương^{xxi}

19. Ba mươi sáu mạch cho tường

20. Trước là cứ sách, sau cứ Thầy truyền

21. Ruộng cao thấp xuống thì mạch táng trên

22. Dưới thấp uốn lên thì mạch táng dưới

23. Bình dương mạch lai chẳng nề chẩm gối[xxii]

24. Hễ chính long thì tả hữu triều lai[xxiii]

25. Đâu có long chân huyệt chính thì có sơn thủy gối kề

26. Những nơi sơn cốc ngôi cao

27. Cường long thô mạch thế nào mới hay

28. Tìm nơi mạch nhược long gầy

29. Nhất thời oa huyệt[xxiv], nhì thời tàng phong[xxv]

30. Đất có cát địa[xxvi] chân long

31. Táng cho phải hướng[xxvii] anh hùng giàu sang

32. Kìa như dưới đất bình dương

33. Mạch thích giác điền[xxviii] xem thấy cũng hay

34. Bình dương tựa nước làm thầy

35. Thứ nhất khai khẩu[xxix] nhi rầy nhũ long[xxx]

36. Thứ ba mạch thắt cỏ bồng[xxxi]

37. Thứ tư sơn chỉ hồi long[xxxii] càng tài

38. Muốn cho con cháu tam khôi[xxxiii]

39. Bên nam có bút[xxxiv] Bên Đoài có nghiên[xxxv]

40. Muốn cho con cháu trạng nguyên[xxxvi]

41. Thời tìm bút lập[xxxvii] hai bên sắp bầy

42. Đệ nhất Tân Tốn^{xxxviii} mới hay
43. Bính Đinh Đoài Cấn sắp bầy thực lên
44. Bút lập thì bút Trạng Nguyên
45. Bút thích giác điền^{xxxix} ấy bút Thám Hoa^{xl}
46. Thấy nơi thượng thực hạ oa
47. Nhìn xem cho biết ấy là mới hay
48. Khuyên ai học lấy làm Thầy Địa lý
49. Trước đọc Giả Đàm sau mới lượng cao
50. Dù ai khôn khéo thế nào
51. Học mà chẳng xét ấy đều vô tông^{xli}
52. Thắt cỏ bồng phồng ra huyệt kết
53. Xem cho biết mộc tiết kim loan
54. Mộc tiết^{xlii} văn đỗ Trạng Nguyên
55. Kim loan^{xliii} võ chịu tước quyền quận công
56. Con Mộc vốn ở phương Đông
57. Con Kim vốn nó về dòng phương Tây
58. Xem cho biết ấy mới hay
59. Táng cho phải hướng thực dầy vinh hoa
60. Thắt cuống cà phì ra có huyệt
61. Xem cho biết huyệt cát huyệt hung
62. Huyệt cát nước tụ vào lòng
63. Hai bên Long Hổ^{xliv} uốn vòng chiều lai
64. Huyệt hung minh đường bất khai
65. Sơn tà Thủy sạ hướng ngoài tà thiên

288

66. Táng xuống vong hồn bất yên

67. Trưởng nam con cháu tật nguyền ốm đau

68. Muốn cho con cháu sống lâu

69. Tìm nơi Huyền vũ^{xlv} đằng sau cao dày

70. Long Hổ bằng như chân tay

71. Chẳng có Long Hổ bằng ngay chẳng lành

72. Kìa như đất có ngũ tinh^{xlvi}

73. Nhận xem cho biết cục hình mới ngoan

74. Muốn cho con cháu làm quan

75. Thì tìm Thiên Mã^{xlvii} phương Nam đứng chầu

76. Muốn cho kế thế Công hầu

77. Thì tìm Chiên trống dàn chầu hai bên

78. Ngũ tinh cát tú^{xlviii} triều nguyên

79. Kim Mộc Thủy Hỏa bốn bên loan hoàn^{xlix}

80. Thổ tinh kết huyệt trung ương

81. Ấy đất sinh Đế sinh Vương đời đời

82. Thiên Sơn Vạn Thủy triều lai

83. Can chi bát quái trong ngoài tôn nghinh

84. Nhi thập bát tú thiên tinh^l

85. Tại thiên chiếu huyệt rành rành chẳng sai

86. Ngôi Đế Vương^{li} trời cho chẳng giám

87. Huyệt Công Khanh^{lii} không hám ai cho

88. Các chúng khai hoa^{liii} thậm quý

89. Thấy thì làm chớ ngại gần xa

90. Nhà có phúc trời cho mới gặp

91. Đất khai hoa ai lập cho nên

92. Khai hoa quý bất khả ngôn

93. Hễ thấy thì làm chớ để lưu tâm

94. Trên sơn cốc mười ngày cũng táng

95. Dưới bình dương nửa tháng cũng di

96. Minh Sinh Ám Tử^{liv} vô di

97. Xem đi xem lại quản chi nhọc nhằn

98. Thấy đâu huyệt chính Long chân^{lv}

99. Tiêu sa nạp thủy^{lvi} chớ nhầm một ly

100. Táng thôi phúc lý ly chi

101. Trâm anh bất tuyệt thư thi gia truyền

102. Muốn cho chi trưởng phát tiên^{lvii}

103. Thì tìm Long nội^{lviii} đất liền quá cung^{lix}

104. Thanh long liên châu cao phong^{lx}

105. Kim tinh Thổ phụ^{lxi} phát giòng trưởng nam

106. Muốn cho chi thứ giàu sang

107. Thì tìm Bạch Hổ đất liền quá cung

108. Bạch Hổ liên châu cao phong

109. Kim tinh Thổ phụ phát giòng thứ nam

110. Con gái về bên hổ sơn

111. Hữu cao tắc phát sơn bàn^{lxii} cho thông

112. Phản hổ^{lxiii} con gái lộn chồng^{lxiv}

113. Phản long giai nó ra lòng bất nhân^{lxv}

114. Vô long như người vô chân

115. Vô hổ như đứa ở trần không tay

116. Trông Long Hổ lấy làm thầy trước^{lxvi}

117. Sau hãy tìm huyệt được mới chôn

118. Phản long giai trưởng ly hương

119. Về bên tay trưởng ở đường cách xa^{lxvii}

120. Phản hổ nữ bất nghi gia^{lxviii}

121. Về bên con gái bỏ nhà mà đi

122. Nước chẳng tụ đường kể chi^{lxix}

123. Kiếm ăn tuy khá xong thì lại không

124. Con trai thì ở bất trung

125. Con gái thất tiết chẳng dùng cả hai

126. Thấy đâu long hổ triều lai^{lxx}

127. Minh đường thủy tụ huyệt tài mới hay^{lxxi}

128. Tiền quan^{lxxii} hậu quỷ^{lxxiii} sắp bầy

129. Án dày muốn thấp Chiều dầy muốn cao^{lxxiv}

130. Xem huyệt nào làm cho phải hướng^{lxxv}

131. Chớ đào sâu mà thiệt như không

132. Kìa ai Địa lý vô tông^{lxxvi}

133. Chẳng cứ chính pháp ấy là manh sư^{lxxvii}

134. Nhủ rằng kìa hổ nọ long

135. Đất chẳng hay dầu lòng chỉ chỏ

136. Câu ví xưa làm thầy có sách

137. Trước là nhận mạch sau là tầm long

138. Xem cho biết đất tổ tông

139. Biết chi biết cán biết trong biết ngoài

140. Mạch nhập cước thủy nhập hoài[lxxviii]

141. Hễ thấy thì làm chớ có bảo ai

142. Trên đầu có ruộng giồng khoai

143. Hai vai có ruộng giồng đậu

144. Trước mặt có lúa cấy chiêm

145. Đôi bên như lưỡi liềm quơ lai

146. Nước chảy tuột vào lòng thì kết

---

[i] Sơn Nam Trấn giang phần: Thuộc Nam Định

[ii] Thuyền khách: Người Tàu buôn bán có thuyền

[iii] Khách: Người Tàu

[iv] Quảng Đông: một tỉnh phía Đông Nam nước Tàu

[v] "My tràng cơ điệt tiên nhãn thần quang"

[vi] Dương Quân Tùng được tôn là ông Tổ Địa lý sau Quách Phác, Hoàng Thạch Công, Trương tử Phòng, Trần Bác, Ngô Cảnh Loan v.v... Vì tài liệu Địa lý trong đời nhà Đường được giữ bí mật tại "Quỳnh Lâm" bảo khố. Vua Đường thời đó sai Nhất Hạnh thiền sư soạn thảo một số man thư để bịp ngoại quốc vì sợ rằng biết được Địa lý sẽ có dịp lật đổ nhà Đường làm vua Trung Quốc. Nhân dịp loạn Hoàng Sào Dương Quân Tùng được kỳ thư đem xuống miền Nam nước Tàu truyền bá. Nhờ đó Địa lý lại được sùng bái người đời tôn ông là "Dương cứu Bần" có nghĩa là ông cứu được những người nghèo đói qua cách an táng mồ mả. Môn phái ông có nhiều người nổi tiếng như Liêu Công, Tăng Công, v.v...

[vii] Từ năm Tý đến năm Mùi là 8 năm

[viii] Sách được hoàn tất Đời nhà Lê niên hiệu Hồng Đức

[ix] Tên thật là Hoàng Thiêm người xã Tả Ao huyện Nghi Xuân Nghệ An đạo.

[x] Theo "Hòa chính bí truyền địa pháp" còn ghi lại 3 ngôi do cụ Tả Ao táng phát phúc đến 8, 9 đời. Ngoài ra Nam Hải Ái nhân của Phan Kế Bính và Tang Thương ngẫu lục của Phạm Đình Hồ cũng có một số chuyện về cụ Tả Ao.

[xi] Nhà Trịnh với Ngôi mả

"Phi vương phi bá

Quyền Khuynh thiên hạ

Nhi bách dư niên

Tiêu tường nãi họa"

Đến đời chúa Trịnh Sâm, ngài là một vị chúa thông minh nên muốn thay đổi cục thế thiên nhiên của ngôi đất kết mong mỏi sẽ kéo dài thêm nghiệp chúa. Ngài sai Tiến sĩ Hòa Chính vẽ lại hơn 100 ngôi mả đã kết trong nước trong tập "Hòa Chính Bí Truyền Địa Pháp" sang Trung Quốc học Địa lý. Thầy Địa lý Tàu từ chối không dạy vì nước Nam đã được chân truyền qua cụ Tả Ao. Nhưng vì lễ quá hậu trọng nên họ chỉ dạy cho phép "thôi quau" là làm cho chóng phát và những lời phê về thủy pháp trong các thế đất được trình bày.

[xii] Bạch Vân Am tiên sinh địa ly chính truyền.

[xiii] Ngoài "Giã Đàm" cụ Tả Ao còn truyền khẩu lại các câu phương ngôn để tìm huyệt. Ví dụ:

"Thè le lưỡi trai chẳng ai thì nó

Khum khum gọng vó, chẳng nó thì ai"

[xiv] Chỉ "Tả Ao Hoàng Thị Song Tiền Huyền Cơ Mật Giáo"

[xv] Mạch đây là mạch đất

[xvi] Mạch chết, mạch đi thẳng đờ như con lươn chết

[xvii] Mạch sống, mạch sinh động, mạch đi ngoằn ngoèo như con rắn bò

[xviii] Nơi núi non

[xix] Nơi đất ruộng bằng phẳng

[xx] Ngôi dương hay Ngôi Dương cơ là ngôi nhà ở của người sống

[xxi] Phát ngôi dương cơ

[xxii] Chẩm gối là thể đất cao ngay phía sau huyệt

[xxiii] Triều lai là đến

[xxiv] Oa huyệt là một trong 4 cách kết huyệt "Oa Kiềm Nhũ đột"

[xxv] Tàng phong là tránh gió

[xxvi] Cát địa tức cát huyệt hay huyệt tốt

[xxvii] Phải hướng là đúng hướng

[xxviii] Mạch thích giác điền là mạch nằm ở góc ruộng phải có cặp mắt tinh và xem xét cẩn thận mới nhận ra

[xxix] Khai khẩu là kết huyệt theo yếu tố dương, ta có thể cho là "oa" hay "kiềm"

[xxx] Nhũ long là kết huyệt theo yếu tố âm, ta có thể cho là "nhũ" hay "đột"

[xxxi] Thắt cỏ bồng là chỉ nơi kết huyệt bao giờ cũng thắt lại nhỏ trước sau mới phình to ra

[xxxii] Sơn chỉ hồi long chỉ thế đất đã đến tận cùng và quay đầu về nơi phát xuất

[xxxiii] Tam khôi là ba lần đỗ đầu trong kỳ thi Hương, thi Hội, và thi Đình

[xxxiv] Bút là ngọn núi hay đồi nhọn

[xxxv] Nghiên là nghiên mực, ngọn đồi thấp

[xxxvi] Trạng nguyên là người đỗ đầu kỳ thi Đình

[xxxvii] Bút lập là Bút đứng thẳng

[xxxviii] Tân Tốn là vị trí của Địa bàn được chia ra làm 24 phần có tên

Nhâm Tý Quý chỉ hướng Bắc

Sửu Cấn Dần chỉ hướng Đông Bắc

Giáp Mão Ất chỉ hướng Đông

Thìn Tốn Tỵ chỉ hướng Đông Nam

Bính Ngọ Đinh chỉ hướng Nam

Mùi Khôn Thân chỉ hướng Tây Nam

Canh Dậu Tân chỉ hướng Tây

Tuất Kiền Hợi chỉ hướng Tây Bắc

[xxxix] Bút thích giác điền là bút nằm theo góc ruộng

[xl] Thám Hoa là người đỗ thứ ba trong cuộc thi Đình

[xli] Vô tông: không được Chính Tông

[xlii] Mộc tiết: một thế đất phát văn

[xliii] Kim loan: một thế đất phát võ

[xliv] Long Hổ: Một yếu tố trong huyệt kết. Huyệt kết phải có Long Hổ tức thế đất hai bên huyệt. Án là thế đất trước huyệt, nhập thư là mạch dẫn vào huyệt. Minh dưỡng là nơi nước tụ trước huyệt

[xlv] Huyền vũ là thế đất phía sau huyệt

[xlvi] Ngũ tinh là năm thế căn bản Kim, Mộc, Thủy, Hỏa, Thổ

Kim tinh: hình tròn

Mộc tinh: hình dài

Thủy tinh: hình uốn khúc

Hỏa tinh: hình nhọn

Thổ tinh: hình vuông

[xlvii] Thiên Mã: tên gọi một gò đất đúng phương vị hợp thời vận

[xlviii] Tú có nghĩa là Tinh tú, ý chỉ các gò đống quanh huyệt

[xlix] Loan hoàn: ôm vào

[l] Nhị thập bát tú Thiên tinh ý chỉ có sự ứng hợp giữa thiên thời và địa lợi hay Thiên lý và Địa lý

[li] Đế vương là vua

[lii] Công khanh là chức tước như bộ trưởng, thứ trưởng ngày nay

[liii] Thế đất khai hoa là thế đất đặc biệt ngoài 4 thế căn bản là "oa kiềm nhũ đột"

[liv] Minh sinh ám tử viết tắc của "Minh sinh lai Ám Tử Khứ" có nghĩa là tìm lấy cái sinh khí và xa lìa tử khí.

[lv] Huyệt chính Long chân là huyệt thực không phải giả huyệt. Long tốt chứ không phải bệnh long hay tử long.

[lvi] Tiêu sa nạp thủy: là phép xem xét các gò đồng và giòng nước, ao nước chung quanh huyệt.

[lvii] Chi trưởng phát tiên là ngành trưởng phát trước.

[lviii] "Long nội" là tay long gần huyệt nhất

[lix] "Quá cung" là qua trước mặt huyệt

[lx] "Liên châu cao phong" là các gò nhỏ nổi lên chi chít

[lxi] "Kim tinh thổ phụ" là các gò hình Kim tròn và hình Thổ vuông

[lxii] "Sơn bàn" là vị trí theo phương hướng

[lxiii] "Phản hổ" là tay hổ ôm ra ngoài hay ngoảnh ra ngoài

[lxiv] "lộn chồng" là vất vả về đường chồng hay thay đổi

[lxv] "Bất nhân" là không có hiếu với cha mẹ và không tình nghĩa cùng anh em.

[lxvi] "lấy làm thầy trước" ý nói phải để ý trước

[lxvii] "ở đường cách xa" là con trưởng cách xa cha mẹ hay quê hương.

[lxviii] "...bất nghi gia" là không ở nhà ý nói bỏ nhà theo tình nhân

[lxix] "...tụ đường kế chi" là chỗ minh đường trước mặt huyệt không có nước thì không đáng xem đến vì tiền của không bền vững, con trai con gái đều hư hỏng.

[lxx] "Long hổ triều lai" tay long tay hổ ôm vào huyệt

[lxxi] "Huyệt tài mới hay" là Huyệt làm mới hay mới tốt

[lxxii] Tiền quan là gò cao trước huyệt

[lxxiii] Hậu quỷ là gò cao sau huyệt

[lxxiv] "Án dày...muốn cao" là thế đất làm án trước mặt huyệt nên thấp, thế đất ở xa chiều (triều về) thì nên cao

[lxxv] Phải hướng là đúng hướng

[lxxvi] Địa lý vô tông là Địa lý không được Chính Tông

[lxxvii] Manh Sư là Thầy Địa lý không biết đến nơi đến chốn mà làm

[lxxviii] "Mạch nhập cước nước nhập hoài" là khí mạch thổi vào chân huyệt và nước đến ngay cạnh huyệt

TƯỞNG ĐẠI HỒNG - Tổ Sư đích truyền
HỆ THỐNG BIỂU

Tưởng Đại Hồng Tiên Sư sinh vào cuối đời nhà Minh. Sau khi được Vô Cực Tử Chân Nhân truyền thụ Tam Nguyên Huyền Không bí pháp, đã được người cùng thời tôn vinh là "Thiên cơ bất khả lậu chi Tưởng Đại Hồng". Người truyền lại cho hậu học gồm mười một (11) người:

1. Trương Trọng Thanh   2. Lạc Sỹ Bằng

3. Lữ Văn Học   4. Lữ Tưởng Liệt

5. Khương Diêu   6. Hồ Thái Vi

7. Tất Thế Tài   8. Diêu Huyền Hồng

9. Thẩm Đông Lâm   10. Vương Tế Thiện

11. Lý Hoành

Sau đó hệ phái Lữ Tưởng Liệt truyền thụ Huyền không Tam Nguyên qua các thời đại và cuối cùng sang Đài Loan vào thời kỳ Trung Hoa Quốc Dân Đảng lưu vong.

Danh sách Truyền nhân qua các thời kỳ

Tây Lịch	Trung Hoa niên đại	Truyền Nhân
1664	Khang Hy – 3 năm	Hàn Hy Vinh
1715	Khang Hy – 45 năm	Lữ Tử Tổ
1767	Càn Long - 32 năm	Khang Tử Tài
1794	Càn Long - 59 năm	Khải Thiên Cơ
1803	Gia Khánh – 8 năm	Nhan Vân Đức
1835	Đạo Quang – 15 năm	Văn Phượng Hồng
1851	Hàm Phong – 1 năm	Ngô Đạo Thành
1865	Đồng Trị - 12 năm	Tiêu Quang Tuấn
1879	Quang Tự - 4 niên	Lý Tú Sơn
1890	Quang Tự - 15 niên	Mã Bộ Vân
1900	Quang Tự - 25 niên	Lưu Tùng Nham
1905	Quang Tự - 30 niên	Đường Vạn Tài
1909	Tuyên Thống - 2 niên	Đường Nguyệt Phong
1921	Dân Quốc – 10 năm	La Dương Tuấn
1936	Dân Quốc – 25 năm	Đường Chính Nhất

TÀI LIỆU THAM KHẢO

A. Lý khí

1. Địa lý Biện chính -Tưởng Đại Hồng.
2. Địa lý Biện Chính Sớ - Trương Tâm Ngôn
3. Địa lý Biện Chính Dực - Vinh Tích Huân.
4. Lạc Thị Huyền không Bí Quyết.
5. Thẩm thị Huyền Không Học.
6. Địa lý tiểu Bổ - Lưu Lộc Nham.
7. Địa lý Băng Hải - Cao Thủ Trung.
8. Khổng Thị Huyền không học – Khổng Thiệu Tô.
9. Trung Châu Huyền Không – Vương Đình Chi.
10. Thiên Nguyên Ngũ ca - Chương trung Sơn.
11. Huyền Không Lục Pháp - Đàm dưỡng Ngô.
12. Kinh Nghĩa Bí Chỉ - Dương quân Tùng.
13. Huyền không Địa lý Bí Trung Bí - Chung Nghĩa Minh.
14. Kham Dư chi Thiên Trân Địa Bí - Hoàng Đức Trung.
15. Bắc Đẩu Thất Tinh Đả Kiếp - Triệu tử Trạch.
16. Thành Môn quyết - Triệu tử Trạch.
17. Bát Trạch Phong Thủy.
18. Khổng Minh Thần Số - Gia Cát Vũ Hầu.
19. Tử Vi Đẩu Số Nam Tông - Cao xử Dị - Vân Sơn cư sĩ.
20. Tăng San Bốc Dịch.
21. Mai Hoa Dịch Số - Thiệu khang Tiết.
22. Địa lý Ngũ Quyết - Lý Phi.

23. Táng Kinh - Quách Phác.

24. Dương Trạch Tam yếu - Triệu Cửu Phong.

25. Cổ kính ca - Tưởng Đại Hồng.

26. Phong Thủy La Kinh dụng pháp Tường giải - Tam Nguyên - Tam Hợp

B. Hình thể.

1. Hám long kinh - Nghi Long Kinh - Dương Quân Tùng.

2. Thiên Cơ Hội Nguyên

3. Ngọc Tủy Chân Kinh - Trương Tử Vi

4. Địa lý Thống Nhất Toàn thư

5. Phong Thủy Đích Nghiên Cứu - Đường Chính Nhất

6. Địa Lý Tả Ao - Cao Trung.

7. Địa Lý Việt Hải Loan Đầu Hình Thể.

8. Địa lý An Nam Cửu Long Kinh.

9. Địa lý Tả Ao Hoàng thị Song tiền Huyền Cơ Mật giáo.

10. Lưu xá Hoà Chính Bí Truyền Địa pháp - Tiến Sĩ Hoà Chính.

11. Địa lý Cầu Chân - Bích Ngọc Tiên Sinh.

12. Địa học Thám Nguyên -Trầm Hạo.

13. Địa lý Giáp Trúc Mai Hoa.

14. Quyết Địa Tinh Thư - Tuệ Minh Võ văn Ba.

15. Địa Lý Việt Hải.

C. Nguồn Internet.

Lightning Source UK Ltd.
Milton Keynes UK
UKHW010647100522
402764UK00002B/279